आपल्या स्नेहीजनांना पुस्तके भेट द्या

विमुक्त

दादासाहेब मोरे

मेहता पब्लिशिंग हाऊस

✆ +91 020-24476924 / 24460313
Email : production@mehtapublishinghouse.com
Website : www.mehtapublishinghouse.com

♦ *या पुस्तकातील लेखकाची मते, घटना, वर्णने ही त्या लेखकाची असून त्याच्याशी प्रकाशक सहमत असतीलच असे नाही.*

VIMUKTA by DADASAHEB MORE

विमुक्त : दादासाहेब मोरे / कथासंग्रह

© दादासाहेब मोरे

Email : author@mehtapublishinghouse.com

प्रकाशक : सुनील अनिल मेहता, मेहता पब्लिशिंग हाऊस,
१९४१ सदाशिव पेठ, माडीवाले कॉलनी, पुणे – ३०

मुखपृष्ठ : चंद्रमोहन कुलकर्णी

प्रकाशनकाल : जुलै, १९९४ / ऑगस्ट, २००७

P Book ISBN 9788177668117

अभिप्राय

उपेक्षितांच्या व्यथा - वेदनांचे हुंकार
दैनिक ऐक्य, सातारा, रविवार दि. २ डिसेंबर २००७

समाजाच्या समग्र परिवर्तनाचे शिक्षण हे एक प्रभावी माध्यम आहे याची जाणीव ठेवून अज्ञानी, उपेक्षित, शोषित, वंचित माणसांपर्यंत ज्ञानाची गंगा पोहोचविण्यासाठी धडपडणाऱ्या, यशवंतराव चव्हाण महाराष्ट्र मुक्त विद्यापीठात काही प्रमाणात कार्य करण्याची आणि समाजाच्या ऋणातून किंचित का होईना मुक्त होण्याची संधी उपलब्ध करून देणारे

कुलगुरू डॉ. राम ताकवले यांना......

'विमुक्त'च्या निमित्ताने

माणिक वाडेकरांचे 'सर्वंकष क्रांतीच्या दिशेने' हे पुस्तक वाचीत होतो. पहिल्या पानावरचे वाक्य वाचता वाचता अंतर्मुख झालो. ते वाक्य असे होते- 'मातीचे हात मातीतील माणसाला उठविण्यासाठी, चालविण्यासाठी आणि तो माझा भाऊ आहे, तो माझ्या बरोबरीने चालला पाहिजे असे म्हणण्यासाठी,' पण दुर्दैवाने या देशात विषमतेचे आणि शोषणाचे साम्राज्य एवढे पसरले आहे की, 'बंधुत्वाची' भावना व्यक्त करणे क्षीण होत चालले आहे. माणसाचे 'मूल्य' संपले आहे, उरली आहे ती माणसाची 'किंमत'! या देशात बहुसंख्य माणसांना जगण्यासाठी लढावे लागते, तर भांडवलशहा, नोकरशहा, सत्ताधीश इत्यादी मूठभरांचे राज्य ऐषआरामात चालू आहे. गावगाड्याबाहेरील उघड्यावर जीवन जगणारे भटके-विमुक्त दिशाहीन जीवन जगत आहेत. या संदर्भात 'गबाळ' या आत्मकथनाचे लेखक दादासाहेब मोरे लिहीतात -

'सर्वजण आपापली दुःखं, व्यथा विसरून, उद्या मला चार भाकरीचे तुकडे क़ोठे मिळतील? पहाटे कोणत्या गावाला जावं? वाट चांगली आहे किंवा नाही? अशा प्रकारच्या वावटळीत झोपी जायचा. केव्हा झोप लागली हे त्यालाच समजायचं नाही. दुसऱ्या दिवशी तेच जीवन चालू राह्यचं. रात्र अनेक दुःख घेऊन यायची. दिवस नवीन संकटं घेऊन उगवायचा आणि त्या संकटांना घेऊन परत रात्र निघून जायची.' (पृ. ३)

असेच जगण्याचे चक्र चालू आहे. भटक्या समाजाची दुःखं, वेदना आपल्या बांधवांना सांगाव्यात ही लेखकाची मुख्य प्रेरणा! गावगाड्यातले हे 'फिरस्ते सोय', यांना गावगाड्यात का स्थान नाही? भटक्याचे जीवन जगणाऱ्या या माणसांना 'विकासा'पासून दूर ठेवण्यात का आले? राज्यव्यवस्थेचा, धर्मव्यवस्थेचा, समाजव्यवस्थेचा घटक असलेल्या गावगाड्यात 'एकत्र कुटुंब, एकात्म कुटुंब' का नांदत नाही? 'माणसाच्या जल्माचं खरं नाय' असा विषादपूर्ण उद्‌गार विमुक्त भटक्या समाजाच्या वाट्याला या देशात का आला? अशा प्रश्नांचा शोध

घेण्यासाठी 'विमुक्त' मधील कथांचा जन्म झाला. भटक्या जमातीची दुःखं, त्यांच्या व्यथा, वेदना, स्त्रियांचे पशुतुल्य जीवन, त्यांच्या रूढी, परंपरा, चालीरीती, अंधश्रद्धा, अशिक्षितपणा याविषयीचा वृत्तान्त 'गबाळ' या आत्मकथनात आला होता. त्यापेक्षा वेगळे प्रश्न श्री. मोरे यांच्या मनात उभे आहेत. या प्रश्नाच्या मुळाशी जावं असा त्यांचा हेतू आहे. सर्व प्रश्नांच्या मुळाशी भारतीय घटनेच्या सरनाम्यात घोषित केलेला 'न्याय' आहे. हा न्याय सामाजिक, आर्थिक आणि राजकीय असा आहे. भारतातील मूठभर माणसे आकाशात घिरट्या घालतात तर याच स्वतंत्र भारतातील बहुसंख्य माणसं गडद काळोखात वावरत आहेत. विशेषत: भटक्या आणि विमुक्त समाजातील माणसे उघड्या नागड्या अवस्थेत आदिमानवाचे जीवन जगत आहेत. लाचारपणे भीक मागत जगत आहेत. माणसापेक्षा जनावरांच्या संगतीत ते अन्नाच्या शोधात भटकत आहेत. कुरणशोधक भटके, अन्नशोधक भटके, शिकारी भटके, चारण भटके, आध्यात्मिक करमणूक करणारे भटके, केवळ करमणूक करणारे भटके असे वर्गीकरण अभ्यासक करतात पण दुर्दैवाने या स्वतंत्र भारतात त्यांना गाव असून 'गाव' नाही. डोक्यावर अफाट आकाश आहे पण त्यांना घरपणा असलेलं 'घर' नाही. जात-जमातीच्या बंदिवासात ती बंदिस्त आहेत पण 'जातपंचायत' नावाच्या तुरुंगाच्या भिंतीत त्यांना गाडलं आहे. तीन दगडांच्या चुली बांधून पोटात काहीतरी ढकलावं असं त्यांना वाटतं, पण भाकरीच्या एखाददुसऱ्या शिळ्या तुकड्यासाठी त्यांना दारोदार लाचार होऊन भटकावं लागतं!

'विमुक्त' या कथेतील आरंभीचं वर्णन पाहा - रायबागच्या ओसाड माळावर पारधी जमातीची सहा पालं उतरली होती. गावापासून दोन अडीच मैलांवर हा माळ होता. प्रत्येक पालासमोर एखाद दुसरी गाय आणि तीन-चार कुत्री बांधलेली. त्या सहा पालांतील बायकांची, मुलांची भीक मागण्यासाठी जाण्याकरता धांदल उडाली होती. तान्हे मूल झोळीत घालून, ती झोळी पाठीवर बांधलेली. एका हातात जरमनचे फुटके ताट आणि दुसऱ्या हातात कुत्र्यांना हुसकाविण्यासाठी फोक घेऊन, तेथील बायका पालांबाहेर पडत होत्या. (पृ.१)

जमातीचा सावकार गुलब्या काळे पालातील चार बायकांवर डाफरत होता. कारण त्यातल्या दोन लग्नाच्या होत्या तर दोन पैसे कर्जाऊ दिल्याने त्याच्या बदल्यात गहाण म्हणून ठेवलेल्या होत्या. "लच्छे, त्वा मिळवून आणावाच म्हणून म्या पैकं मोजल्याती. तुला संबाळासाठी न्हाय." जातपंचायतीचा न्याय होता हा! आपल्या ममतेचा बळी देऊन पैशासाठी गहाण राहायला तिचे मन तयार नव्हते तरी तिला राहावं लागलं! गरिबीनं, परिस्थितीनं लाचार झालेली,

अगतिक बनलेली लच्छी जे समोर आलं ते स्वीकारीत होती. गुलब्याच्या बिनतक्रार लाथा खात होती. मात्र तिचे मन विचाराच्या बंडाने पेटत होते. 'आपणाला जातीतून वाळीत टाकले तरी चालेल, परंतु मी माझी विक्री करू देणार नाही.' अशा जिद्दीनं गुलब्याचे पाल सोडून चिकोडीच्या माळावर आली. पण तरीही तिच्या मागचा जातपंचायतीचा पाठलाग सुटला नाही. जातपंचायतीची स्वतंत्र न्यायव्यवस्था विकसित झालेली आहे. गावगाड्याबाहेर भटक्यांचे जीवन जगणाऱ्या जातीवर जातपंचायतीचा विलक्षण प्रभाव आहे. भटक्या जातींच्या जातगावच्या तटबंदी अभेद्य आणि पक्क्या असतात. आपसातील भांडणतंटे सोडविण्यासाठी, त्यासंबंधीचा न्याय मिळविण्यासाठी जातपंचायती हा स्वतंत्र आधार असतो. जमातीतले लोक जमातभावनेच्या रज्जूने बांधलेले तर आहेतच, पण जातभावनेने पंचायतीचा न्याय शिरोधार्य मानलेला आहे. परस्पर सहकार्याची भावना, आपलेपणाची भावना जोपर्यंत जागी असते तोपर्यंत 'माझी जमात आणि जमातीचा मी,' हा भाव बळकट असतो. 'जातिबहिष्कृत' होण्याचे भयही तीव्र असते. 'विमुक्त' कथेतील लच्छी म्हणते की, ''आमी अंगावरच्या कापडासकट ऱ्हायला तयार हाय.'' तेव्हा जातपंचायतीला हादरा बसतो आहे आणि लच्छीचा सूर पकडून तिचा नवरा धमन्या म्हणतो, 'मला माज्या घराचा पकुरडा कराचा न्हाय, माजी बायकू, पोरं घिवून, म्या कुटंबी खायीन.' तेव्हा जातपंचायतीसंबंधीचा विद्रोह स्पष्ट होतो. 'धमन्या व लच्छीनं जातीला काळं फासाचं काम केलंय, जातपंचायतीचा अवमान केलाय.' म्हणून 'त्येचा आणिक त्येच्या बायकू-पोरांचा जातीशी आता कसलाच संबंध न्हाय.' हा पंचायतीचा निर्णय अपरिहार्यपणे होतो. त्यावर श्री. दादासाहेब मोरे लिहितात, 'लच्छी व धमन्या दोघांनीही पालांकडे वा तेथील माणसांकडे ढुंकूनही पाहिलं नाही. ते आपल्या जातीच्या आदिम परंपरापासून, दुष्ट रूढीपासून मुक्त झाले होते. जातीच्या-जमातीच्या बंधनांनाच नव्हे तर जाती-जमातीच्या चौकटींना कायमचा रामराम ठोकून, माणूस म्हणून जगण्यासाठी जात होते.'' विद्रोहाची कृती केल्याशिवाय नवा प्रकाश येत नाही. जातपंचायतीनं वाळीत टाकण्याचा निर्णय दिला तरी लच्छी आणि धमन्या आणि त्यांची मुलं पालाकडे व तेथील माणसांकडे ढुंकूनही न बघता स्वतंत्रतेची वाट चालत होती. चांगल्या कथेत 'अर्थपूर्ण अनुभव' शब्दातून फुलतो. हा अनुभव 'अर्थपूर्ण' होतो तो विचारांची वादळं निर्माण होतात म्हणून. कथा जिथं संपते तिथं कथा सुरू झालेली असते. जातपंचायतीच्या गुलामगिरीतून मुक्त झालेलं कुटुंब खऱ्या अर्थानं 'विमुक्त' होतं?

जातपंचायत या भटक्या जमातीच्या मानगुटीवर बसली आहे की या जमातीचं कुटुंब पार जमीनदोस्त होऊन जातं! 'न्याय' देण्यासाठी जातपंचायत असते असा

भटक्या जमातीचा विश्वास असतो. पण न्याय देण्यासाठी ती माणसाचा बळी घेते! 'न्याय' या कथेची सुरुवातच बघा.

'त्या पंधरा-सोळा कुटुंबातील बायका, माणसं, लहान मुलं सकाळपासून ताटकळत बसली होती. जातपंचायत कोणताच निर्णय घेत नव्हती. चांगीची आई गुणाबाई आपलं दोन्ही हात जोडून परत परत काकुळतीनं जातपंचायतीला सांगत होती. 'आवं, आवग्या नव वरसाची पुरगी हाय ती-त्या बारक्या लेकराला आजून संवसार म्हंजी काय? ती सुदीक कळत नाय... तवरच नशिबानं तिच्यावर घाला घातलाय.'

तरीसुद्धा 'दोन वरसं काढूनही जातपंचायतीसमोर गुणाबाईला न्याय मिळत नाही. चांगीला उभं आयुष्य घण मारतच घालवावं लागतं! संतारामला दैवाचा सबूद उचलावा लागतो. तर यंकाला जातपंचायतीचा अवमान केला म्हणून दोनशे एक रुपये दंड भरावा लागतो. पितृत्वाचा गळा घोटणारा न्याय स्वीकारण्यापेक्षा तो दुसरं काय करणार होता. पण चांगी मात्र आत्मदहन करून अखेरचा न्याय मिळविते. मोठमोठे विचारवंत म्हणतात की कायद्यासाठी माणसं नसतात तर माणसासाठी कायदा असतो. मोरे यांच्या कथांचा एक विशेष असा आहे की, ते कथेच्या अखेरीस प्रश्न निर्माण करतात. प्रश्न सोडविण्याचे काम वाचकाने करायचे असते. प्रसिद्ध लेखक वात्स्यायन म्हणतात की लेखकाची कथा समाजासाठी नसते तर 'वाचकासाठी' असते. वाचकांच्या जाणिवा जागृत करण्यासाठी कथेचा जन्म असतो. भटक्यांची न्यायव्यवस्था एवढी बोथट झाली आहे का? कायद्यात आणि गाढवात काही फरक आहे का? आपल्याच माणसाचे संसार पार उद्ध्वस्त करून टाकण्यासाठी न्यायव्यवस्था असते का? हे व अशांसारखे प्रश्न वाचकांच्या मनात निर्माण होतात. या वेदनेचा अर्थ एवढाच आहे की हे असेच चालू राहिले तर जात पुसता येणार नाही आणि जातपंचायत नष्ट करता येणार नाही, म्हणून शोषणग्रस्त समाजव्यवस्था आमूलाग्र बदलली पाहिजे.

अन्यथा 'आज इथं तर उद्या तिथं' असं जीवन ज्यांच्या वाट्याला आलं आहे, ती भटक्यांची जमात भर दिवसाही अंधारात आणि रात्रीही अंधारातच जीवन जगते. कारण तेथील व्यवस्था या जमातीला सुखानं जगू देत नाही. कंजारभाट जमातीचे जीवन अत्यंत कठीण! चोरी करणे आणि दारू गाळणे हे त्यांचे जगण्याचे व्यवसाय! पण पोलिसांनी या जमातीला हप्त्याने बांधलेलं आहे. एक प्रकारचे संशयी, परके, उपेक्षित आणि उपरे जीवन सर्व जमातीप्रमाणे 'कंजारभाट' समाजाला जगावे लागते. 'धंदा' या कथेतील भानुदास म्हणतो—

'जगण्यासाठी आम्ही हा व्यवसाय करतोय. येथील व्यवस्था आमच्या हाताला दुसरा धंदा देत नाही. फौजदारांना हप्ते, त्यांच्या पोलिसांना हप्ते, यामुळे

दररोजची मजुरीसुद्धा आम्हाला मिळत नाही. पोलिसांच्या लाठ्या आणि समाजाची अवहेलना सहन करून आम्ही त्या खोपटामध्येच जगायचे. आमच्या कमजोरीचा फायदा घेऊन पोलिस, फौजदार आणि पुढाऱ्यांनी बंगले बांधायचे! हा कुठला न्याय!' आणि भानुदासाच्या टवटवीत दिसणाऱ्या पोरीचे /लक्षीचे ''बाबा, गिधाडांनी घात केला. आता काय ऱ्हायलंय.'' हे शब्द ऐकून भानुदासच्या मनात येते की, हा येथला न्याय, येथल्या व्यवस्थेचा न्याय! तर 'अंधारातील प्रवास' या कथेतील पारधी जमातीचे संसार विस्कटले जातात. सरपंचानं आपल्या दंडशक्तीच्या जोरावर पारध्यांचे संसार मोडून काय मिळविलं? या कथेतील शिरमी म्हणते, 'ह्या लोकास्नी... आमची जातच दिसत्याया... आमच्यापाशी काय हाय... काय न्हाय... ते दिसत न्हाय. आमी चिंद्या पांगरूनच जलमतुया आणि चिंद्या पांगरूनच मरतुया.'' याचा अर्थ या पारधी समाजाला स्वातंत्र्य प्रकाश कधीच दिसत नाही. एका गावाहून दुसऱ्या गावाला ओझी वागवीत प्रवास करायचा आणि या स्वतंत्र भारतात मरेपर्यंत जगायचं! जगण्याचा प्रश्न या भटक्या जमातीसमोर कायमचा उभा असतो. कधी भाकर तुकड्यासाठी खेळ करीत फिरायचं, कधी भाकरीसाठी लाचारी पत्करून भीक मागायची, कधी पोटासाठी शील विकायचं, कधी उपाशीपोटी राह्यचं, कधी दारू प्यायची अशा कितीतरी जगण्याच्या तऱ्हा आहेत; पण मानानं, प्रतिष्ठेनं जगण्याचा मार्ग भटक्यांच्या जीवनात नाही. प्रत्येकाला भूक लागलेली असते! याच भाकरीसाठी जगतो! याच भुकेची वेदना माणसाला ग्रासत असते. पण जमेल त्या मार्गाने, मिळेल तिथून दुसऱ्याचे ओरबाडावे आणि जीवाची चंगळ करावी हे शहराचे तत्त्वज्ञान! माणूस आणि जनावर यांत कसलाच फरक नाही. भटक्यांचे जीवन परावलंबी! नरसूसारखा बाप आपल्या कमली नावाच्या मुलीला कोठ्यावर पाठवितो आणि दारू पितो (अभागी कमली). शरीराचा बाजार मांडण्यापेक्षा कमली कृष्णेच्या प्रवाहात जीव देते. 'आजच्या जगात जगाचं आशील तर नाटकं करूनच जगलं पायजी.' हे शान्ताबाईचं वाक्य तिच्या जिव्हारी लागतं आणि कमली मरणाला मिठी मारते.

भटक्यांना गावगाड्यात स्थान तर नाहीच, पण गावगाड्यावर त्यांचे जीवन अवलंबून असते. गावगाड्यातील उत्पन्नाचा भाग कधी मागून तर कधी बळजबरीने हिसकावून तर कधी चोऱ्या करून तर कधी अंगचे कौशल्य वापरून, परंपरेने चालत आलेले खेळ करून गुजराण करतात. असे परोपजीवी, कंगाल जीवन वाट्याला आलेल्या भटक्यांना आयुष्यभर शोषणाशी सामना करावा लगातो. जणू दुःखाचे वरदानच त्यांना लाभले आहे. 'माणसाला जगासाठी कायबी कराला लागतंया' हेच खरं! 'अस्वलाचा खेळ' करणाऱ्या कमल्याला आपल्या पोराचा-

नरश्याचा आपलं नवं जनावर चेंदामेंदा करणार याच भयाने चिंताग्रस्त केलं होतं! तर पोटासाठी कसंतरी करून हासवावं म्हणून 'डवरी' झालेले भटके नकला करून पोटाला भाकर तुकडा मागतात. (अबरू) तो म्हणाला, 'या जगात माणसाचा माणसावर इस्वास ऱ्हायला न्हाय. चुरी करणारी करत्याती त्येंची मस्त चंगळ व्हुत्याया. आणिक आमाला मातूर उपाशी मराची येळ येतीया.' तरीही ते सरपंचाला म्हणतात, 'सायेब, आमी भिकारी हाय पर चोर न्हाय.' 'आम्ही चोरी केली नाही.' हे भटक्यांचं वाक्य सरपंचाला कुठलं पटायला? लक्षावधी रुपयांचा भ्रष्टाचार करणाऱ्या नेतेमंडळीचा, नोकरशहांचा तो एक नम्र पाईक होता. 'आज पयश्यालाच देव मानत्याती' या सिद्धांताचा तो एक निष्ठावान सेवक होता. डोंबाऱ्याचा खेळ करून कसंबसं जगणाऱ्या 'कसरत' गोष्टीची अखेर श्री. दादासाहेब मोरे यांनी अतिशय परिणामकारक केली आहे. विंचवाचं विष त्याच्या नांगीत असतं असं म्हणतात, त्याप्रमाणं कथेची अखेर या विंचवाच्या नांगीसारखी असते काय कुणास ठाऊक? श्री. मोरे 'कसरत' या कथेच्या अखेरीस लिहितात.

तो खेळ करीत असलेल्या जागेच्या जवळ आला. त्यानं समोर बघितलं, उमश्या आणि बानी इकडं तिकडं शोधत होती. त्याच्या संसारातील निम्मंअर्ध साहित्य नाहीसं झालं होतं. ते दोघंजण मुलांनी गोळा केलेल्या निम्म्याअर्ध्या संसाराकडं आणि मोडलेल्या हाताकडं पाहत राहिले.

किंवा 'अस्वलाचा खेळ' करून जगणाऱ्या भटक्यांच्या जीवनावर कथा लिहिणाऱ्या लेखकाने कथेच्या अखेरीस लिहिले आहे -

तो भराभरा पाराजवळ आला. त्याचं साहित्य तसंच पडलं होतं. ते त्यांनी गोळा केलं. कोणी पाच दहा पैसे टाकले होते. त्यातील बरंच कोणी उचलले होते. राहिलेले थोडे पैसे त्याने घेतले. झोळी खांद्यावर टाकली.

कथेची अखेरी हे तिचे पुण्यक्षेत्र आहे असे प्रा. ना. सी. फडके म्हणत असत ते खोटे नाही.

भटक्यांना 'काळीत जमीन नाही आणि पांढरीत घर नाही' असे 'मागत्या' चे जीवन जगावे लागते. पण या दरिद्री समाजाला अंधश्रद्धेने नवससायासाने पार ग्रासले आहे. भगताच्या शक्तीवर त्यांचा विश्वास! 'देवीचा बळी' या कथेतील राधाच्या मनात येतं -

आपण अगोदरच डॉक्टरला दाखविलं असतं तर बरं झालं असतं. देवीची जत्रा केली. प्रत्येक वेळा पोटात जास्त दुखायला लागेल तेव्हा एक एक नवीन

नवस मागून घेत गेलो. कुठल्याच नवसाला देवी पावली नाही. का यामध्ये देवाचा संबंधच नाही. आपण यांना दवाखान्यात घेऊन येत नव्हतो. आपल्या जातीची माणसं देवीलाच कोडं घालीत बसली होती. पण 'दारू जास्त प्यायल्याने, त्यांचं लिव्हर फुटलंय' हे डॉक्टरांनी सांगितलेले, सत्य स्वीकारण्यापलीकडे राधा काही करू शकत नव्हती. अंधश्रद्धा, उपासमार, व्यसनाधीनता, बेरोजगारी इत्यादी शत्रूंशी लढणं हे भटक्यांच्या वाट्याला 'महान भारताने' घातले आहे त्याला काय करणार?

'कळ' ही कथा या संग्रहात अगदी वेगळी आहे. भटक्यांचे विचारविश्व श्रद्धा, विश्वास, जीवनरीती अगदी वेगळ्या! शिक्षणाचा प्रसार केला, विकास योजना आणल्या, पैसा ओतला म्हणजे त्यांचे संपूर्ण परिवर्तन होणार नाही. त्यांच्या मानसिक, वैचारिक गुलामगिरीचे वर्चस्व झुगारून देण्याची प्रक्रिया गतिमान केली पाहिजे. 'शिक्षण मिळाले, नोकरी मिळाली' की नवा दुरावा उत्पन्न होतो. 'यमन्या-पुतळा' या मांग कुटुंबाच्या वाट्याला काय आलं? यमन्याच्या मनात येतं -

आगं, आपल्या सदानं येक सुदीक पतार आजून धाडलं न्हाय. त्येला म्हमईला जावून... येक वरीस झाला... पयल्यांदाच तेवढं येक... पतार लिवलं व्हतु त्येनं. त्येच्यावर येकबी पतार न्हाय. आणीक येक पयसा बी धाडला न्हाय.

यमन्या आणि पुतळीला फडा चिरण्याचे काम हातात घेणे गरजेचे होते, कारण त्याशिवाय पोटाला काय घालणार? पोटात पेटलेली भुकेची आग विझविण्यासाठी त्यांना काम करावेच लागत होते. पण यमन्या क्षयरोगाने खंगलेला आणि पुतळाला दोघांच्या पोटाची चिंता! पण त्यांचा मुलगा 'सदा' घरापासून तुटलेला! 'मी इकडे मजेत आहे.' असं तो पत्रात लिहितो. हा प्रश्न 'जनरेशन गॅप'चा नव्हता. एका अर्थाने शिक्षण, नोकरी यामुळं 'सदा' मातीपासून तुटलेला होता तो पत्रात लिहितो-

'मला एक हजार रुपये पगार मिळतोय. पण तो पगार मला पुरेसा होत नाही. येथील सुधारीत राहणीमान, महागाई यामुळे आणखीन एक वर्ष तर माझ्याकडून पैसे मिळण्याची अपेक्षा करू नका. आपण जे पत्र पाठविले होते तसे पत्र परत पाठवू नका. माझ्या एखाद्या मित्राने चुकून पत्र वाचले तर... माझी बेइज्जत होईल.'

'यमन्या-पुतळाला पोराचा एक आधार होता. त्याच्या प्रतिष्ठेसमोर, इज्जतीसमोर आई-वडिलांची किंमत शून्य होती' हे लेखकाचे भाष्य अनावश्यक होते. कारण

कथेचा संस्कार काय होणार हे लेखकाने लिहायचे नसते. डॉ. बाबासाहेब आंबेडकरांची आठवण माझे विद्यार्थी सांगतात ती अर्थपूर्ण आहे. पदवी व नोकरी मिळाली की झालं असं मानणाऱ्या एका विद्यार्थ्याला त्यांनी सांगितलं होतं, "माझ्या पोरा, तुझ्या निमित्तानं या गावच्या झोपडीत दिवा लावला हे खरं! पण लक्षात ठेव, तुझ्या गावच्या मातीला विसरू नकोस. तुझ्या हाती या शाळेत ज्ञानाचा दिवा दिला. पण दिव्यानं दिवा पेटवावा तसं तू हे सगळं गाव ज्ञानाच्या प्रकाशात बुडवून टाक! पोरा, हेच माझं स्वप्न आहे.' जाग्या होणाऱ्या प्रत्येक समाजापुढे हे प्रश्न येतात. अव्वल इंग्रजीत ब्राह्मण समाजाची अशीच गत होती आणि आज परदेशी शिक्षणानं पोर या संस्कृतीपासून, या देशापासून तुटतो आहे. त्याला 'ब्रेन ड्रेन' असं म्हणतात. पण शिक्षणानं माणूस माणसापासून तुटता कामा नये!

'विमुक्त' कथासंग्रहातील शैलीविषयी लिहायचं झालं तर ही शैली 'संमिश्र' आहे. निवेदनाची, संवादाची भाषाशैली अत्यंत वेगळी! अगदी ग्रामीण बोलीत लिहिलेली कथाशैली 'संमिश्र' असते. कारण या सर्व कथा वाचकांसाठी लिहिलेल्या असतात. आपल्या समाजासाठी लिहिलेल्या नसतात. कथेला परंपरा असतात. कथेला तिचा असा वाचकवर्ग (audience) असतो. पण कथेला आपला समाज नसतो असं वात्स्यायन म्हणतात ते काही खोटे नाही. 'कळ' या कथेचे निवेदन 'वाचकांच्या' भाषेत आहे ते लिहितात -

'सकाळचं कोवळं ऊन पडलं होतं. गावातील माणसांची धावपळ सुरू होती. कोणी स्वतःच्या शेतीवर, तर कोणी इतरांच्या शेतीवर काम करण्यासाठी जात होतं. तसं बघायला गेलं तर मारोळी गाव लहानच.'

पण कथेतील संवादाची भाषा मात्र भटक्यांची, दादासाहेब मोरे यांची! गुलब्या आपली फिर्याद मांडू लागला. (विमुक्त)

"दैवानो... म्या धमन्याला त्येच्या पोराच्या आपरीशनसाठी पैकं दिल्याती. त्येनं त्या बदल्यात आपली बायकू माज्याकडं घाणवटी ठिवली व्हुती. पैकं फिटपातूर तिची मिळकत मला द्याचं त्येनं कबूल केलं व्हुतं. पर पैकं फिटाच्या आगुदरच त्येची बायकू पळून आल्याया."

बोरिस आस्टरनाक एका सत्काराच्या निमित्ताने म्हणाला होता, The society to which I belong will not approve. या अर्थाने श्री. मोरे कदाचित म्हणू शकतील की भटक्यांचे प्रश्न, भटक्यांची दुःखे या कथेतून मांडली आहेत व त्यासंबंधाने मी जे म्हटले ते भटक्या समाजाला कदाचित सर्वच्या सर्व पटणार

नाही. पण एक गोष्ट मात्र खरी आहे की, परिवर्तनाचे चक्र जर गतिमान झाले तर भटकी माणसे जातपंचायतीचा अनिष्ट कायदा मानणार नाहीत, अंधश्रद्धेचे जोखड फेकून देतील, मागतेपणा टाकून ते म्हणतील, 'आम्हाला जगायचंय. मानानं माणूस म्हणून जगायचं आहे. तेव्हा आम्ही आमचा 'न्याय' मिळवू! न्यायासाठी समतेचा हा लढा चालू ठेवू!' हा त्यांचा आशावाद या स्वतंत्र देशात खरा ठरावा यापलीकडे मी तरी काय म्हणणार?

भालचन्द्र दिनकर फडके

१२ मालिनी,
शिवाजी हाऊसिंग सोसायटी,
सेनापती बापट मार्ग, पुणे ४११ ०५३.

मनोगत

भारतीय समाजव्यवस्था जातीयतेच्या आणि विषमतेच्या पायावर उभी आहे. अशा या विषम समाजव्यवस्थेतील शेवटचा घटक म्हणूनही भटक्या विमुक्त जमातींचा समावेश होऊ शकत नाही. हजारो वर्षांपासून या जमातींची समाजव्यवस्थेशी असलेली नाळ तुटली आहे. अशा या सामाजिक, आर्थिक, शैक्षणिक, राजकीय, सांस्कृतिक दृष्टीने स्थिर समाजापासून शेकडो मैल दूर असलेल्या या जाती-जमातींच्या समस्या सद्य:स्थितीत अतिशय गंभीर बनल्या आहेत. त्याची ओझरती का होईना पार्श्वभूमी हा 'विमुक्त' कथासंग्रह वाचण्यापूर्वी वाचकांना, जाणकार रसिकांना माहिती होणे आवश्यक आहे, असे मला नम्रपणे वाटते.

गावगाड्यातील उत्पादनप्रक्रियेमध्ये या भटक्या विमुक्त जमातींना सामावून घेतले गेले नसल्यामुळे, समाजव्यवस्थेतील हे घटक उदरनिर्वाहासाठी भटकू लागले. या भटकणाऱ्या जाती-जमातींचे वर्गीकरण स्थूलमानाने तीन गटांत करता येते ते असे : आध्यात्मिक भटके, मनोरंजन करणारे भटके आणि जनावरांच्या पालनपोषणासाठी भटकणारे.

कुडमुडे जोशी, पिंगळे जोशी, पोपटवाले, नंदीबैलवाले, रावळ, मडकर अशा विविध जमाती भविष्य सांगून, पक्ष्यांच्या, प्राण्यांच्याद्वारे कथन करून स्थिर समाजाची आध्यात्मिक गरज काही प्रमाणात पूर्ण करीत होत्या. त्या बदल्यात मिळणाऱ्या अन्नधान्यावर, भाकरीच्या तुकड्यावर उदरनिर्वाह करीत होत्या. 'गोंधळी' जमातही, अध्यात्म आणि मनोरंजन अशा दोन्ही गरजा पूर्ण करीत होती. स्थिर समाजाचे मनोरंजन करण्याचे काम, दरवेशी (अस्वलवाले), माकडवाले, डोंबारी, कोल्हाटी, डवरी, गोपाळ, सापगारुडी, पांगूळ अशा विविध जमाती करीत होत्या. वैदूसारखी जमात, वनस्पती औषधं देऊन, स्थिर समाजाची वैद्यकीय गरज भागवत होती. कैकाडी, घिसाडी, बंजारा, फासेपारधी यांसारख्या जमाती वस्तुविनिमयाच्या माध्यमातून गुजराण करीत होत्या. जनावरांना चारण्यासाठी भटकणाऱ्या जमाती जनावरांची विक्री करून किंवा जनावरांच्या बदल्यात अन्नधान्य घेऊन उदरनिर्वाह करीत होत्या.

शिक्षणाचा प्रसार जसजसा वाढत गेला, तसतसा समाजव्यवस्थेत आमूलाग्र बदल होत गेला. वेगवेगळे शोध घेण्यासाठी माणूस धडपडू लागला. विज्ञान, तंत्रज्ञानाच्या क्रांतीने समाजव्यवस्था प्रगतीकडे वाटचाल करू लागली. हा बदल समाजाच्या विकासासाठी हितकारक व आवश्यक आहे. त्यामुळे त्याचे स्वागतच करायला हवे, परंतु त्याचबरोबर भटक्या विमुक्त जमातींचे पारंपरिक व्यवसाय बसले, त्यामुळे या जमाती अधोगतीकडे, अस्थिरतेकडे ढकलल्या गेल्या, याचीही जाणीव आपणाला व्हायला हवी, या प्रमुख उद्देशाने या कथासंग्रहाचे लेखन केलेले आहे.

ज्ञान-विज्ञान-तंत्रज्ञानाच्या प्रगतीमुळे माणसाला अनेक गोष्टींचा उलगडा झाला. लोकांचा भविष्यावरचा विश्वास उडाला, तशी स्थिर समाजाची आध्यात्मिक गरज भागविणाऱ्या जमातींची वाताहत झाली. स्थिर समाजाच्या सहानुभूतीवर आणि दयाबुद्धीवरच या जमातींना जगावे लागत आहे. नाटक, चित्रपट, आकाशवाणी दूरदर्शन, सर्कस यांसारख्या मनोरंजनाच्या साधनांची मोठ्या प्रमाणावर निर्मिती झाली. खेड्या-पाड्यांतून या साधनांची रेलचेल झाली. परिणामी मनोरंजनाची गरज भागविणाऱ्या या जमातींची उपयुक्तता संपली. या जमाती उघड्यावर पडल्या आहेत. तशीच स्थिती, वस्तुविनिमय पद्धतीने गुजराण करणाऱ्या भटक्या विमुक्त जमातींची झालेली आहे. वैद्यकीय क्षेत्रात मोठमोठे शोध लागले. वाड्या-वस्त्यांपर्यंत वैद्यकीय सेवासुविधा निर्माण झाल्या. परिणामी वैदूंना कोणी विचारीनासे झाले. कृषी आणि कृषीशी निगडित असणाऱ्या व्यवसायातही बदल झाले. परिणामी घिसाडी, कैकाडी यांसारख्या जमाती दयेवर जगू लागल्या. जनावरांना चारण्यासाठीची कुरणे नष्ट झाली. जनावरांची संख्याच मोठ्या प्रमाणावर कमी झाली. त्यामुळे जनावरे पाळणे अशक्य झाल्याने, हा व्यवसाय करणाऱ्या जमाती भीक मागत भटकू लागल्या.

भटक्या विमुक्त जमाती सध्या समस्यांच्या चक्रात आहेत. पारंपरिक व्यवसाय कालबाह्य झाले आहेत. स्थिरता नाही, त्यामुळे शिक्षण नाही. शिक्षण नसल्याने कोणतेही कौशल्य नाही. पारंपरिक कौशल्यांवर जगता येत नाही. अशा दुष्ट चक्रात सापडलेल्या रानटी, अज्ञानी, रूढी-परंपराग्रस्त अंधश्रद्धाळू जमातींच्या व्यथा, वेदना, त्यांचे पशुतुल्य जीवन या कथासंग्रहात शब्दबद्ध करण्याचा मी प्रयत्न केलेला आहे. एकूण ४२ भटक्या विमुक्त जमातींपैकी प्रातिनिधिक अशा बारा-तेरा जमातींचे वास्तव जीवन, त्यांच्या समस्या कथेच्या रूपाने मांडण्याचा हा प्रयत्न आहे.

ग्रामव्यवस्था सध्या आमूलाग्र बदलते आहे. आलुते-बलुतेदारांपेक्षाही खालच्या पातळीवर असणाऱ्या आणि गावगाड्यात सध्या कसलीच उपयुक्तता नसलेल्या

या जाती-जमातींना खेड्यात जगणे कठीण झाले आहे. त्यामुळे या जमाती परिस्थितीच्या रेट्याखाली भरडत शहरांकडे धावू लागल्या आहेत. तेथेही कचरा पद्धतीचे जीवन या जाती-जमातींच्या वाट्याला येत आहे. त्याचे वर्णन 'अंधाराचे वारसदार' या आगामी कादंबरीत केलेले आहे. काही जमाती समाजाची दयाबुद्धी जागृत करण्यासाठी अघोरी स्वरूपात खेळ करीत आहेत. त्यातून जीवनाला मुकत आहेत. गुन्हेगार म्हणून बघण्याचा समाजाचा दृष्टिकोनही या जमातींना पावलापावलाला नाडवत आहे. त्यातूनही या समस्या अधिक उग्र बनू लागल्या आहेत. या सर्व बाबींचे प्रतिबिंब या कथांतून स्पष्ट होईल, अशी अपेक्षा आहे.

हा कथासंग्रह प्रसिद्ध करण्याची जबाबदारी घेऊन, या उपेक्षित, वंचित, अन्यायग्रस्त, जाती-जमातींच्या समस्या, समाजासमोर, समाजधुरीणांसमोर, राज्यकर्त्यांसमोर आणण्याची बहुमोलाची संधी 'सुरेश एजन्सी' चे प्रकाशक मा. बाळासाहेब कारले यांनी मला उपलब्ध करून दिली, त्याबद्दल मी त्यांचा ऋणी आहे. त्याचबरोबर या कथासंग्रहाला अभ्यासपूर्ण प्रस्तावना लिहिणारे आणि मला वेळोवेळी मार्गदर्शन करणारे गुरुवर्य डॉ. भालचंद्र फडकेसर यांचाही मी ऋणी आहे. या कथा संग्रहाची दुसरी आवृत्ती प्रकाशित करण्याची जबाबदारी मेहता पब्लिशिंग हाऊसचे सुनील आणि अनिल मेहता यांनी घेतली त्याबद्दल मी त्यांचा ऋणी आहे.

परिवर्तनवादी चळवळीत कार्य करताना आणि लेखन करताना मला असंख्य मित्रांनी, त्या त्या क्षेत्रातील मान्यवरांनी मार्गदर्शन व सहकार्य केलेले आहे. त्या सर्वांचा मी ऋणी आहे. सर्वच मित्रांचा, मार्गदर्शकांचा, सहकाऱ्यांचा उल्लेख करणे शक्य नसले तरी काहीजणांचा उल्लेख करणे मी माझे कर्तव्य समजतो. ज्यांच्या मार्गदर्शनाने आणि प्रोत्साहनाने मी साहित्यक्षेत्रात पदार्पण केले, जीवनात ताठ मानेने उभे राहण्यास शिकलो, ते ज्येष्ठ समीक्षक प्रा. म. द. हातकणंगलेकर, केवळ लेखनासाठीच प्रोत्साहन व मार्गदर्शन न करता, कसे जगावे याचेही वारंवार धडे देणारे विजय कुवळेकर, माझ्या आजपर्यंतच्या आयुष्यातील बऱ्याचशा चढ-उतारांत ज्यांनी मला सावरून धरले, नवी उभारी दिली ते माझे परमस्नेही आणि नाशिक 'सकाळ' चे कार्यकारी संपादक उत्तम कांबळे यांच्या ऋणात राहणेच मी पसंत करतो. याशिवाय ज्येष्ठ साहित्यिक बाबूराव बागूल, प्रसिद्ध विचारवंत डॉ. रावसाहेब कसबे, श्री. इरगोंडा पाटील यांचेही मला सतत मार्गदर्शन मिळत आहे, त्यांचाही मी ऋणी आहे. माझी पत्नी विमल हिचा माझ्या वाटचालीत आणि जडणघडणीत मोलाचा वाटा आहे. तो मान्य न करणे हा माझा कृतघ्नपणा ठरेल.

या कथासंग्रहातील बऱ्याचशा कथा दैनिक सकाळ, रविवार सकाळ, दिवाळी

अंक (कोल्हापूर, पुणे, नाशिक आवृत्ती), बंद दरवाजा दिवाळी अंक, मानसन्मान दिवाळी अंक यांमधून पूर्वप्रकाशित झालेल्या आहेत. या दैनिकांच्या व मासिकांच्या संपादकांचा मी ऋणी आहे.

या संग्रहातील कथा वाङ्मयीन कसोट्यांना कितपत उरतात, त्याचा विचार जाणकार रसिक, समीक्षक करतीलच, मात्र या कथा वाचकांच्या अंत:करणाला भिडतात की नाही, त्यातून भटक्या विमुक्त जमातींच्या समस्या ठळकपणे दृग्गोचर होतात की नाही यावरच या कथासंग्रहाचे यश अवलंबून आहे, असे मी मानतो. 'गबाळ' या माझ्या आत्मकथनाचे वाचकांनी, समीक्षकांनी उत्स्फूर्तपणे स्वागत केलेले आहे. त्या पार्श्वभूमीवर वाचकांच्या, जाणकार रसिकांच्या अपेक्षा पूर्ण करण्यात हा कथासंग्रह जर यशस्वी झाला तर माझे श्रम सार्थकी लागले, असे म्हणता येईल.

जुलै, १९९४

प्रा. दादासाहेब मोरे
कोल्हापूर

कथानुक्रम

विमुक्त

रायबागच्या ओसाड माळावर पारधी जमातीची सहा पालं उतरली होती. गावापासून दोन-अडीच मैलांवर हा माळ होता. प्रत्येक पालासमोर एखाद-दुसरी गाय आणि तीन-चार कुत्री बांधलेली. त्या सहा पालांतील बायकांची, मुलांची भीक मागण्यासाठी जाण्याकरिता धांदल उडाली होती. तान्हे मूल झोळीत घालून, ती झोळी पाठीवर बांधलेली, एका हातात जरमनचे फुटके ताट आणि दुसऱ्या हातात कुत्र्यांना हुसकाविण्यासाठी फोक घेऊन, तेथील बायका पालांबाहेर पडत होत्या. दिवस बराच वर आल्याने, एकमेकींच्या पुढे जाण्यासाठी त्यांच्यात चढाओढ लागली होती. त्या पालांतील मुलं, मुलीपण ताटल्या, भगुली घेऊन भाकरीचे तुकडे मिळविण्यासाठी पळत होती. पारवे, होले, चितूर यांसारख्या पक्ष्यांची आणि ससे, घोरपडी यांसारख्या प्राण्यांची शिकार करण्यासाठी रानात जाण्याची तेथील पुरुष व तरुण तयारी करीत होते. त्या पालांत आणि त्यांच्या जमातीतच सावकार म्हणून ओळखला जाणारा गुलब्या काळे, पालाच्या मेढीला बांधलेल्या शिकारी कुत्र्यांना सोडत, पालांतील चार बायकांवर डाफरत होता. त्यांपैकी दोन बायका लग्नाच्या होत्या, तर दोन पैसे कर्जाऊ दिल्याने त्याच्या बदल्यात गहाण म्हणून ठेवलेल्या होत्या. गुलब्याच्या डाफरण्याने, त्या बायका भीक मागायला जाण्यासाठी गडबडीने तयारी करत होत्या.

गुलब्या लच्छीकडे वळून बघत, रागाने म्हणाला, ''लच्छे... आज रिकाम्या हातानं.... ताट हलवत म्हागारी आलीच तर... मरुस्तवर मार खाचील... त्वा मिळवून आणावाच म्हणून म्या पैकं मोजल्याती... तुला संबाळासाठी न्हाय...''

लच्छी चडफडतच पालातून बाहेर पडली. हातात जरमनचं फुटकं ताट घेतलं. एक फोक घेतली आणि रायबागकडे निघाली. रडून रडून तिचे डोळे लालबुंद झाले होते. तोंड धोदारले होते. जोडलेलं लुगडं तिच्या शरीराला अपुरं पडत होतं. फाटक्या पदरातून तिच्या डोक्यावरील विस्कटलेले केस वाऱ्याबरोबर

उडत होते. फाटक्या तुटक्या चोळीतून तिचे अंग दिसत होते. काळी कुळकुळीत आणि जाडजूड लच्छी, सुकलेल्या झाडासारखी निस्तेज झाली होती. ती आपल्याच विचारात मग्न होऊन चालत होती.

लच्छी गावात आली. परंतु भीक मागण्यावर तिचे लक्ष नव्हते. तिला एकसारखी गमत्याची आठवण येत होती. पोटात दुखत असल्यामुळे तडफडणारा गमत्या तिच्या नजरेसमोर तरळत होता. "आयेऽऽऽ... आमाला सुडून जाव नगुस..." म्हणून हंबरडा फोडणारा शिवऱ्या तिचं मातृत्व व्याकुळ करीत होता. त्यामुळे तिला भीक मागावी असे वाटत नव्हते. ती आपल्याच विचारांच्या तंद्रीत एखाद्या घरासमोर उभी राहात होती. आपण भीक मागण्यासाठी आलो आहोत, गुलब्याने आपणाला धमकी दिली आहे, याची जाणीव झाली की, 'माय... भाकरीचा तुकडा वाड...' म्हणत होती. नाही आठवण झाली तर, त्या घरातील लोकांनी हाकलून देतपर्यंत दारातच थांबत होती.

लच्छीच्या अशा तऱ्हेवाईकपणामुळे, लहान मुलं ती वेडी आहे असे समजून, तिला दगड मारत होती, मुलांनी दगड मारले की, ती आणखीन भांबावून जात होती. दगड चुकविण्याच्या नादातच, कोणी वाढलेला भाकरीचा एखाद-दुसरा तुकडाही ताटातून पडत होता. ती आपल्याच विचारांच्या वावटळीत भरकटत दारोदार फिरत होती. हे काय आपल्या वाट्याला आले? आपल्या मातृत्वाचा गळा कोणी घोटला? ज्याच्यासाठी आपण ही अवहेलना, दु:ख पदरात बांधून घेतले, त्याची अवस्था काय आहे कोणास ठाऊक? धमन्या कोणत्या स्थितीला तोंड देत असेल? मरणाच्या दारात उभ्या असलेल्या आपल्या लेकराला सोडून आपण आलोच नसतो तर...? ती विचारांच्या चक्रात गुरफटत चालली, तसे चार दिवसांपूर्वीच घडलेली ती घटना तिच्या नजरेसमोर तरळू लागली.

चिकोडीच्या माळावरील दहा-बारा पालं. पालाच्या मेढीला टेकून, गुडघ्यात मान घालून, विचारमग्न स्थितीत बसलेला धमन्या. आपल्या नऊ वर्षांच्या पोराजवळ, डोळ्यांतून पाणी टाकत बसलेली लच्छी. पोटात दुखत असल्यामुळे, पाण्याबाहेर टाकलेल्या माशासारखा गमत्या तडफडत होता.

सहा वर्षांचा शिवऱ्या लच्छीची हनुवटी धरून एकसारखा विचारत होता, "आयेऽऽऽ दादाला काय झालंया...? त्वा का रडत्यायाच...?"

लच्छी त्याला कवटाळून जास्तच रडू लागली. ती रडत रडतच धमन्याला म्हणाली, "आरं... आसं... डोस्क धरून का बसलायीच...? लिकरू तरपाडा लागलंय... त्येला डबऱ्यात घातल्यावर... त्वा पैकं बगणार हायी व्हय...?"

धमन्याने एकवेळ असहाय्य नजरेने लच्छीकडे बघितले. भरल्या गळ्याने तो

म्हणाला, "डागदरानं... सांगितलंया... त्येला आपींडीक्स का काय ती झालंय म्हणं... आपरीश्यान कराला लागील... त्यासाठी बराच पैका लागील... समद्यांच्या हातापाया पडून बगितलं... कोणच पयसं देत न्हाय... त्या गुलब्या सावकाराकडं... हायती... पर..."

धमन्या बोलायचं थांबला. लगेच लच्छी म्हणाली, "मग... घिवून ये जा की... त्यो काय म्हंतुया... ?"

घायाळ स्वरात धमन्या म्हणाला, "काय म्हणणार...? तुला घाणवटी ठिवलं तर पयसं दितुया... त्येच्याकडं घाणवटी ठिवाला दुसरं काय हाय आपल्यापाशी?"

आवाज गेल्यासारखा धमन्या गप्प झाला. लच्छी विचार करू लागली. मी गेल्यानंतर या लेकरांचं काय होईल? त्यांना कोण सांभाळेल? त्यांच्या पोटाला कोण घालेल?

गमत्याची पोटदुखी वाढू लागली. तो गडागडा लोळत किंचाळू लागला, "आयेऽऽऽ... मिलूऽऽऽ... लय दुका लागलंयऽऽऽ..."

लच्छी त्याच्या पोटावरून हात फिरवत म्हणत होती, "वायसं... थांब रे राज्या... तुजा बा... तुला दवाखान्याला घिवून जायील... माजं काय बी हु दी..."

असे म्हणतच ती तेथून उठली. पालाबाहेर आली. तीन दगडाची चूल पेटविण्याचा प्रयत्न करू लागली. गमत्याला पिठाची गंजी करून द्यावी म्हणून, तिने एका फुटक्या भगुल्यात बारा मिसळीचं थोडं पीठ टाकलं. त्यात पाणी घालून ते भगुलं चुलीवर ठेवलं. वारं जोरात सुटलं होतं. त्या भगुल्यात पिठाबरोबर मातीही पडत होती.

चुलीला फुंकर मारीत ती म्हणाली, "आरं... जा... की... त्या गुलब्याकडं... पैकं दी म्हणावं..."

धमन्या जड अंत:करणाने तेथून उठला. भिरभिरत्या नजरेने त्याने सभोवती पाहिले. पालात तडफडणाऱ्या पोराकडे बघून, त्याच्या अंत:करणात कालवाकालव झाली. पालासमोर पडलेला फाटका पटका, चिंधी गुंडाळल्याप्रमाणे त्याने डोक्याभोवती गुंडाळला. मानेपर्यंत वाढलेले केस त्या पटक्यात बसत नव्हते. फाटक्या अंगरख्यातून त्याच्या बरगडीची हाडं उठून दिसत होती. धमन्याने मन घट्ट केले आणि गुलब्याच्या पालाकडे जाऊ लागला. त्याच्या पायाच्या पिंडऱ्या वाळलेल्या बांबूसारख्या दिसत होत्या. काळ्या कुळकुळीत पोटऱ्या पॉलीश केलेल्या बुटासारख्या चकाकत होत्या. पायाचा तळवा आणि टाच यामध्ये विशिष्ट प्रकारची पोकळी दिसत होती. त्यामुळे त्याची पावलं भरभर पडत होती.

धमन्या गुलब्याच्या पालासमोर आला. गुलब्या पालाच्या खुंट्या उपसत होता. त्याच्या पालातील चारही बायका संसार गाठोड्यात, हाडपांत साठवीत होत्या. त्याच्याबरोबर हरण्या पवार, अंक्या चिरुटे आणि इतर तीन कुटुंबंही तेथून रायबागला जाणार होती. ते सर्वजण आपापली पालं काढत होते. सडपातळ शरीराचा काळाकुट्ट गुलब्या शिकारीत फारच तरबेज होता. सशाच्या, हरणाच्या मागे तो वाऱ्यासारखा धावायचा. त्याची भेदक नजर सतत भिरभिरत असायची. धमन्याच्या डोक्यात विचारांचे मोहोळ उठले होते. लच्छीला गहाण ठेवून, आपण पैसे घेतले, तर आपल्या मुलांच्या पोटाला कोण घालेल? गुलब्याचे पैसे परत कधी करता येतील? तोपर्यंत आपली बायको त्याच्याकडेच ठेवावी लागणार. आपल्या संसाराचे कसे होईल? अशा असंख्य विचारांत तो भरकटत होता.

धमन्याला गप्प उभा राहिलेला बघून, गुलब्या म्हणाला,“काय रं... धमन्या... का आलायीच?”

अगतिक स्वरात धमन्या म्हणाला, “माजं... लिकरू तरमाळा लागलंय... त्येला दवाखान्याला न्ह्याच हाय... आपरीश्यान कराला पायजी... तवा पैकं पायजी व्हुतं...”

पालाच्या खुंट्या उपसतच गुलब्या म्हणाला,“किती पयसं... लागत्याती...?’

मान खाली घालून पायाच्या अंगठ्याने माती टोकरत धमन्या म्हणाला,“येक हजार रुपयं... तर लागत्याली... असं डागदर म्हणत व्हुता... म्या तुजं पैकं लगीच म्हागारी दीन...”

तोंडातील पानाचा चोथा थुंकत गुलब्या म्हणाला,“म्या पयसं... दितू... पर तुज्या बायकूला घाणवटी ठिवावं लागील... पयसं दिलंच म्हजी... तुजी बायकू तुला म्हागारी मिळील... तवर तिची मिळकत मला मिळील...”

गुलब्याच्या पालात ओझं साठवीत असलेल्या, पैशासाठी गहाण ठेवलेल्या दोन बायका केविलवाण्या नजरेने धमन्याकडे बघत होत्या. धमन्या द्विधा मन:स्थितीतच उभा होता. काय करावे, ते त्याला सुचत नव्हते.

गुलब्याच्या पालाशेजारीच असलेला आणि आपले पाल काढत असलेला वृद्ध पर्वत्या काळे म्हणाला,“आरं धमन्या... आपल्या वाडवडलापास्नंच चालत आल्याला हा रिवाज हाय... घाणवटी ठिवाला काय नशील तर काय कराचं...? त्यात येवडं वायीट वाटून घेण्यासारकं काय हाय...?”

पोराला वाचवायचे असेल तर, आपणाला पैसे घ्यावे लागतील, असा विचार करून, धमन्या दाटल्या कंठाने म्हणाला,“बरं हाय... मला पैकं दी...”

गुलब्याच्या चेहऱ्यावर आनंदाचे भाव तरळले. त्याच्या घरात मिळविणाऱ्या आणखी एका माणसाची भर पडणार होती. तो गडबडीने धमन्याला म्हणाला,

''मग लवकर तुज्या बायकूला घिवून यी... आमाला म्होरल्या गावाला जायाचं हाय...''

धमन्या जड अंत:करणाने आपल्या पालाकडे आला. लच्छी पिठाची गंजी गमत्याला पाजत होती. गमत्याच्या वेदना वाढतच होत्या, तो तळमळत होता. धमन्याला बघून ती म्हणाली,''काय झालं रं... दितु म्हणाला का गुलब्या पैकं...?''

धोतराच्या सोग्याने डोळे पुसत धमन्या म्हणाला,''पयसं दितू म्हणाला... पर तुला लगीच त्येच्याकडं जायाला पायजी... त्येचं बिऱ्हाड दुसऱ्या गावाला निगालंय.''

लच्छीचं अंत:करण गलबललं. ती रडू लागली. आपल्या ममतेचा बळी देऊन पैशासाठी गहाण राहायला तिचे मन तयार नव्हते. आपल्या मागे आपल्या पतीचं, मुलांचं काय होईल, या विचाराने ती अस्वस्थ होत होती. काळा कुळकुळीत उघडानागडा शिवऱ्या तिच्या गळ्यात पडून विचारत होता.''आयेऽऽऽ त्वा का रडा लागल्यायाच...?''

त्याचा भाबडा प्रश्न ऐकून तिचे मन आक्रोश करीत होते. धमन्या पण अस्वस्थ झाला होता. परंतु मृत्यूशी झुंजणाऱ्या आपल्या मुलाकडे बघून त्याने आपल्या काळजावर दगड ठेवला होता. शेजारच्या पालांतील बायका, माणसं, मुलं त्यांच्या पालासमोर जमली. लच्छी आपल्या दोन्ही लेकरांचे पटापट मुके घेत होती. त्यांच्या उघड्या अंगावरून आपले थरथरते हात फिरवीत होती. तिची ती अवस्था बघून, धमन्या व्याकुळ झाला. त्याचं डोकं सुन्न झालं होतं. पोराला वाचवायचं असेल तर आपल्याला हे पचवावे लागेल असा निर्धार करूनही त्याच्या मनाची स्थिती दोलायमान होत होती. गरिबीने, परिस्थितीने लाचार झालेली, अगतिक बनलेली लच्छी गुलब्याकडे जाण्यासाठी उठली.

भरल्या डोळ्याने जमलेल्या बायकांकडे बघत ती म्हणाली, ''माज्या... लेकरांवर नदर ठिवा... म्या म्हागारी येतपातूर... तुमीच माज्या लेकरांचं... आय बापऽऽऽ...''

लच्छीचा कंठ दाटला. तिला पुढे बोलवेना. थरथरत्या हाताने तिने दोन्ही पोरांना कवटाळले आणि हुंदके देऊन रडू लागली. शेजारच्या पालातील शिरमी म्हणाली,''आपला जलमच वंगाळ हाय... त्वा काळजी करू नगं... आमी संबाळतू तुज्या लेकरांस्नी...''

तेथील स्त्री-पुरुषांना हे काही नवीन नव्हते. अशा कितीतरी बायकांना कर्जासाठी गहाण राहावे लागले होते. शिवऱ्या रडत रडत आईच्या मागे जाण्याचा प्रयत्न करीत होता. काही बायकांनी त्याला धरून ठेवले. गमत्या तळमळत

पडला होता. इतर बायका, मुलं लच्छीकडे बघत उभी होती. तिच्या पालातील धूर बंद झाला होता. चूल केव्हाच थंडगार झाली होती.

धमन्या आणि लच्छी दोघेजणही गुलब्याकडे आले. गुलब्या ओझं साठविण्याच्या गडबडीत होता. लच्छी एक वेळ गुलब्याकडे तर एक वेळ धमन्याकडे केविलवाण्या नजरेने बघत होती. थोडा वेळ कोणीच काही बोलले नाही.

धमन्या म्हणाला, ''लवकर पैकं दी... पोराला दवाखान्याला न्ह्याचं हाय...''

फुटकी, तुटकी भांडी गाठोड्यात बांधत गुलब्या म्हणाला, ''आमाला तर कुटं येळ हाय... समद्यानी वजी साटीवली...''

त्याने सगळीकडे भिरभिरत्या नजरेने बघितले. ओझी साठविलेली गाठोडी बाजूला सारली. त्या गाठोड्याखालची माती उकरण्यास सुरुवात केली. माती सारून एक छोटंसं गाठोडं बाहेर काढलं. इकडे तिकडे बघत त्याने त्या गाठोड्यातून एक हजार रुपये बाजूला काढले. ते त्याने, धमन्याच्या हातात गडबडीनेच ठेवले. धमन्या ती रक्कम घेऊन तेथून उठला. त्याने घायाळ नजरेने लच्छीकडे बघितले. लच्छी हुंदके देऊन रडत होती. धमन्या खाली मान घालून, भराभर पावले टाकत आपल्या पालाकडे आला. लच्छी भरल्या डोळ्याने त्याच्या पाठमोऱ्या आकृतीकडे बघू लागली. त्या सहा पालांतील माणसांची धावपळ सुरूच होती. कोणी आपापल्या गायींवर ओझी लादत होते. कोणी काही गाठोडी डोक्यावर घेतली होती. ''चला... आटपा... ऊनं झालया...'' असे एकमेकांना म्हणत होते.

गुलब्याने दोन्ही गायींवर गबाळ लादले. लहान मुलांना गायींवर बसविले. त्याच्या घरातील बायकांनी एक एक गाठोडे डोक्यावर घेतले. लच्छीला पण एक गाठोडे घ्यावे लागले. ती सहा बिऱ्हाडं तेथून निघाली. लच्छीचा पाय तेथून निघत नव्हता. आपल्या पालाकडे बघून ती आतल्या आत तडफडत होती. पैसे मिळाल्यानंतर धमन्या मुलांना घेऊन गावात दवाखान्याला गेला होता. रिकामं पाल लच्छीला भकास वाटत होतं. राहिलेल्या पालांतील बायका-माणसं त्या जाणाऱ्या लोकांना हात उंचावून आणि मोठ्याने ओरडून निरोप देत होती. लच्छी मात्र डोळ्यांतून पाणी टाकत, मागे वळून बघत एक एक पाऊल उचलत होती. गुलब्या एकदम तिच्यावर खेकसला,

''ये... लच्छे... चल लवकर... फिरून फिरून काय बगत्यायाच... आं...?''

ती पाय उचलून चालू लागली. गुलब्याकडे बघून तिला कसायाची आठवण झाली. त्याचबरोबर तिला आपल्या असमर्थतेची, अगतिकतेची कीवही आली. पेटलेल्या अंत:करणाने ती वाट तुडवू लागली. तिच्या डोक्यात अनेक विचारांचं, तांडव सुरूच होतं. माझं पोरगं वाचेल का? त्याचं काही बरं-वाईट झालं तर...?

माझ्या मुलाचं कसं होईल? धमन्या एकटा काय काय करेल? विचार तिला अस्वस्थ करीत होते. ती चालतच होती.

लच्छीच्या ताटात भाकरीचा एकही तुकडा नव्हता. दिवसभर ती गावात आपल्याच विचारांच्या तंद्रीत फिरत होती. गेले चार-पाच दिवस तिचे असेच होत होते. दिवस पश्चिमेकडे झुकला होता. लच्छी पालांकडे आली. गुलब्या तिची वाटच बघत होता. त्याच्या घरातील इतर चारही बायकांनी बऱ्याच भाकरी आणि धान्य मागून आणले होते.

लच्छी पालाजवळ आलेली बघून गुलब्या करड्या आवाजात म्हणाला,"आज बी... हात हालवतच आलीच न्हाय का...? तुजं त्वांडच सांगतंया.... न्हवऱ्याजवळ व्हुतीस तवा तुला मिळवाला येत व्हुतं... आणिक आता काय मस्ती आल्याया व्हय...?"

लच्छी घाबरत घाबरत म्हणाली,"म्या काय करू....? लेकरांची काळजी वाटत्याया... मागण्यावर ध्यानच लागत न्हाय..."

गुलब्याचं टाळकं तडकलं. रागाने लाल झालेला गुलब्या झटका आल्यासारखा उठला. त्याने लच्छीच्या कमरेत दोन-तीन लाथा घातल्या. लच्छी उभ्या उभ्या कोसळली. कोणीही गुलब्याला धरायला आले नाही. तो तिला मारतच म्हणत होता,

"येवड्यासाठी त्या धमन्याला पैकं दिलं व्हय...? त्वा कायतर मिळवून आणावं म्हणून... रगात आटवून मिळविल्यालं पैकं दिलं.. तू तशी वळणावर याची न्हायीस.."

गुलब्या बडबडतच होता. त्याच्या पालातील इतर बायका असहाय्यपणे बघत होत्या. आपण मध्ये पडलो तर गुलब्या आपणालाही मारेल, ही भीती त्यांना वाटत होती. लच्छी विव्हळत होती.

रात्र झाली होती. सर्वत्र काळोख पसरला होता. रातकिड्यांच्या किर्र ऽऽऽ... किर्र ऽऽऽ... आवाजाने त्या नि:शब्द शांततेचा भंग होत होता. पारधी जमातीमध्ये रात्री दिवा लावण्याची पद्धत नसल्याने, सर्वच पालं अंधारात बुडाली होती. गुलब्याच्या पालात झोपायला जागा अपुरी पडत असल्याने अंग दुमडून आणि एकमेकांना खेटून सर्वजण झोपले होते. गुलब्याला रात्री एकाच जागेवर झोप येत नव्हती. त्यामुळे तो रात्रीतून तीन तीन वेळा जागा बदलून झोपत होता. समाजाने गुन्हेगार ठरविलेल्या या जमातीला सातत्याने पोलिसांची, गावातील माणसांची भीती असते. त्यामुळे सावधगिरी म्हणून या जमातीमधील पुरुष, तरुण रात्री जागा बदलून झोपतात. त्या पालांतील सर्व पुरुष रात्री गुलब्याप्रमाणेच झोपत होते.

लच्छी फाटक्या वाकळवर पडली होती. गुलब्याने तिला फारच मारल्यामुळे तिचे अंग ठणकत होते. तिच्या डोक्यात विचारांचे काहूर माजले होते. आपण असे किती दिवस जनावरासारखे मार सहन करीत राहणार? धमन्याला तेवढे पैसे परत करण्यासाठी किती दिवस लागतील? आपण आपल्या लेकरांपासून किती काळ दूर राहणार? आपली माया, ममता सर्वच पैशासाठी विकली जातेय. त्यापेक्षा आपण येथून पळूनच जावावे. धमन्याने घरात नाही घेतले तरी आपल्या मुलांना घेऊन कोठेही राबून खावावे. या विचारांबरोबर तिच्या मनाने दृढ निश्चय केला.

लच्छी पहाटेच उठली, गुलब्या झोपेतच होता. पालातील इतर दोन बायकाही उठल्या. तेथील सर्वच पालांवर हळूहळू जाग येऊ लागली. तांबडं फुटलं तसे लहान मुलं आळोखे पिळोखे देत उठली. त्यांना भाकरीचे तुकडे मागण्यासाठी जायाचे होते. गुलब्याच्या पालातील इतर बायका लच्छीकडे सहानुभूतीने बघत होत्या. लच्छीने फाटक्या लुगड्याची झोळी काखेला अडकविली. हातात जरमनचं फुटकं ताट घेतलं. एका हातात बारीक काठी घेऊन, भीक मागण्यासाठी ती निघाली.

गुलब्याची दोन नंबरची बायको गिरजी म्हणाली,''काय गं... लच्छे... कंच्या गावाला जात्यायाच...? आणि कोण येतंया का तर बग संगट...''

चेहऱ्यावर कसलाही भाव न येऊ देता लच्छी म्हणाली, ''ह्या... पल्याडच्या गावाला जाती... जरा लांब हाय गाव म्हणून लवकर जात्याया... कोण बरूबर आलं तर बरंच हाय की...''

काल बराच मार बसल्याने आज काही तरी मिळवून आणण्यासाठी लच्छी जात असावी, असे समजून पालातील इतर बायका गप्प बसल्या. पालांपासून थोड्या अंतरावर आल्यानंतर लच्छीच्या चालण्याचा वेग वाढला. आता परत गुलब्याच्या पालाकडे न येता स्वत:चे पाल शोधण्याच्या निर्धाराने ती निघाली होती. पोटच्या गोळ्यांना भेटण्याची तीव्र ओढ तिला खेचत होती. त्याचबरोबर तिच्यातील स्वाभिमानही जागृत होत होता. ती आपले मानसिक बळ एकवटत होती. आपणाला जातीतून वाळीत टाकले तरी चालेल, परंतु मी माझी विक्री करू देणार नाही, असा ठाम निश्चय तिने केला होता. तिच्यामध्ये निर्माण झालेला आत्मविश्वास येणाऱ्या प्रत्येक संकटाला सामोरे जाण्याची जिद्द तिच्यामध्ये निर्माण करीत होता.

दोन दिवस चालून चालून थकलेली लच्छी चिकोडीच्या माळावर आली. तिथे जळणाचे ढीग, चुलाण्याचे दगड, पालात पाणी येऊ नये म्हणून खणलेले चर दिसत होते. त्यांची पालं तेथून दुसऱ्या गावाला गेली होती. लच्छी आपले

पाल होते, त्या जागेवर आली आणि तिला मुलांच्या आठवणीने घायाळ केले, ती ढसाढसा रडली. आपल्या मुलांपासून, नवऱ्यापासून तोडणाऱ्या गुलब्याचा, परिस्थितीचा तिला तिटकारा वाटू लागला. आपण कोणत्याही परिस्थितीत आपली पालं शोधून काढायची या निर्धाराने ती तेथूनही निघाली. पोरांसाठी, नवऱ्यासाठी तिने आजपर्यंतच्या रूढी-परंपरांना ठोकरून गुलब्याचे पाल सोडले होते. रस्त्यातील गावांभोवतालच्या डोंगरांच्या आडोशाला, माळरानांवर पारध्यांची पालं दिसतात का बघत लच्छी फिरत होती. अनवाणी पायाने झाडाझुडपांतून, काट्याकुट्यांतून ती चालत होती. काटे घुसले की तिच्या पायातून रक्त येत होतं. एक एक गाव मागे टाकत ती निघाली होती. एखाद्या गावाच्या शेजारी भेटणाऱ्या एखाद्या माणसाला ती विचारत होती.

"आरं... दादा... पारद्याची पालं आली व्हुती का हिकडं...?"

तो माणूस उत्तर देत असे, "हिकडं कोण आलं न्हाय..."

गावागावांतून भीक मागत, मिळेल ते खात आणि रात्र होईल तेथे झोपत ती भटकत होती. कधी एखाद दुसऱ्या माणसाच्या वासनांध नजरा तिला आणखी संकटात टाकत होत्या. एकट्या बाईला बघून तिची छेड काढणे, अश्लील बोलणे,या सर्व गोष्टींना तोंड देत ती फिरत होती. सात-आठ दिवसांतच तिची कळाची बेकळा झाली होती.

लच्छी बोरगावमध्ये भीक मागत फिरत होती. ती दोन गल्ल्यांमागून तिसऱ्या गल्लीत आली. एका घरासमोर गंग्याची पत्नी ऱ्हागी भीक मागत उभी होती. लच्छीला खूप आनंद झाला. ती जवळ जवळ धावतच ऱ्हागीजवळ गेली. ऱ्हागी आश्चर्याने लच्छीच्या तोंडाकडे बघू लागली. लच्छीला असे अचानक समोर बघून तिच्या मनात शंका आली. लच्छीच्या चेहऱ्यावरून मात्र आनंद ओसंडत होता. ती म्हणाली,

"ऱ्हागे... आमचं पाल हाय का... तुमच्याबरूबर...?"

ऱ्हागी तिच्याकडे आश्चर्याने बघत म्हणाली, "त्वा... कशी काय आलीच...?"

लच्छी अधिरतेने म्हणाली, "म्या तुला समदं सांगती... पर आमचं पाल हाय का सांग आदी..."

ऱ्हागी सांगू लागली, "तुमचं पाल हाय की... आमच्या बरूबर... गमत्याचं आपरीश्यानं केलंया... त्यो आता बरा झालाय... हिंडा-फिरालाबी लागलाय..."

लच्छीच्या चेहऱ्यावर आनंदाच्या छटा चमकू लागल्या. गेले सात-आठ दिवस तिने फारच तणावात काढले होते. ती गडबडीने म्हणाली, "ऱ्हागे... चल पालाकडं जावं... कवा येकदा माज्या लेकरांस्नी बगीन असं झालंय मला..."

मुलांना भेटण्याची तिच्यातील ओढ बघून, ऱ्हागीने भीक मागण्याचे बंद

केले आणि तिच्याबरोबर पालांकडे जाऊ लागली. चालता चालताच लच्छीने आपण कसे आलो ते ऱ्हागीला सांगितले. ऱ्हागीला मात्र तिचे ऐकून एकाच वेळी तिच्याबद्दल सहानुभूती वाटत होती आणि तिच्या भवितव्याबाबत काळजीही वाटत होती.

गावापासून बऱ्याच अंतरावर असलेल्या एका डोंगराच्या एका बाजूला पारध्यांची पालं होती. पालांत फक्त लहान मुलंच खेळत होती. ती पण आसपासच्या गावांतून नुकतीच भीक मागून परत आली होती. काही बायकाही मागून आल्या होत्या. पुरुष आणि तरुण शिकारीला गेले होते. लच्छी व ऱ्हागी पालांजवळ आल्या. आईला बघून गमत्या आणि शिवऱ्या पळतच लच्छीच्या आडवे आले. तिने त्या दोन्ही मुलांना अधाशासारखे उचलून घेतले. ती त्यांना कुरवाळू लागली. कोणीतरी आपल्या मुलांना आपल्यापासून हिसकावून घेईल की काय, असेच जणू तिला वाटत असावे. म्हणूनच ती त्यांना आपल्या छातीशी कवटाळून तिथेच खाली बसली. तिच्या डोळ्यांतून धारा वाहू लागल्या. ऱ्हागी तिच्याकडे कौतुकाने, विस्मयाने पाहू लागली.

भरल्या गळ्याने गमत्याला कुरवाळत ती म्हणाली, "कसं हाय रं... तुजं प्वॉट...? बरं वाटतया का...?

आईला बिलगून गमत्या म्हणाला, "आये ऽऽ... आता प्वॉट दुकत न्हाय... पर त्वा आमाला सुडून कुटं गिली व्हुतीस...?"

रडत रडतच लच्छी म्हणाली, "तुमास्नी सुडून... म्या कुटं सुदीक जाणार न्हाय..."

हुंदके देत देतच ती दोन्ही मुलांना घेऊन आपल्या पालात आली. ती गमत्याला म्हणाली, "तुजा बा कुटं गेलाय रं...?"

गमत्या म्हणाला, "बा शिकारीला गेलाय..."

ती आपल्या पालातील वस्तूंवर नजर फिरवू लागली.

काही वेळातच इतर पालांतील बायका, मुलं लच्छीच्या पालासमोर जमा झाली. लच्छी पळून आलेली बघून, तेथील सर्वांनाच आश्चर्य वाटत होते. त्या बायका तिला सारखा सारखा एकच प्रश्न विचारत होत्या.

"त्वा कशी आलीच गं...? धमन्यानं आजून गुलब्याला पैकं दिलं न्हायती...?"

लच्छीही त्यांना एकच उत्तर देत होती,"म्या.... पळून आली..."

तेथील बायका,मुलं तिच्याकडे विचित्र नजरेने बघत होती. त्यांच्या जमातीच्या परंपरा, रीतिरिवाज ठोकरणारी लच्छी ही पहिलीच स्त्री होती. लच्छीला भयंकर शिक्षा भोगावी लागणार असे तेथील सर्वांनाच वाटत होते.

धमन्या आणि इतर पुरुष शिकारीहून परत येत होते. कातडी काढलेला

ससा काठीला अडकवून कोणी ती काठी खांद्यावर घेतली होती. कोणाच्या हातातील पिंजऱ्यात चितूर, होले दिसत होते. आपल्या पालासमोर बायका, मुलांची गर्दी बघून धमन्याच्या काळजात धस्स झालं. गमत्यालाच काही कमी जास्त झालं की काय या विचाराने, तो जवळ जवळ धावतच पालाजवळ आला. लच्छीला बघून, त्याच्या चेहऱ्यावर गांभीर्य, आनंद, भीती असे विविध भाव तरळू लागले. आगामी संकटाची चाहूल त्याला लागली. त्याच्या हाता-पायांतील बळच नाहीसे झाले. तो मटकन पालासमोर बसत, घोगऱ्या आवाजात म्हणाला,

"लच्छे... त्वा कशी आलीच...? गुलब्या तुज्या म्हागं... म्हागं.. तुजा तपास काडत यील... जातभाय माज्या तोंडात श्याण घालील... त्वा म्हागारी जा..."

दोन्ही पोरांना कुरवाळत,हुंदके देत देत लच्छी म्हणाली, "माजी... लेकरं... सुडून... म्या न्हाय जाणार.... पायजी तर... माज्या लेकरांसकट... मला हिरीत ढकलून दी... तू कसला न्हवरा हायीस...? बायकूची लाज बी तुला वाटत न्हाय..."

धमन्याचं डोकं बधीर झालं होतं. आपली जमात कुटुंबाला वाळीत टाकेल. आपल्या मुला-बाळांना कोणी जवळ करणार नाही. त्याचबरोबर आईला बिलगून, आनंदी चेहऱ्याने बसलेल्या मुलांकडे बघून त्याला आपला सुखी संसारही दिसत होता. पत्नीबद्दलची आंतरिक ओढ जागृत होत होती. त्याला कोणताच निर्णय घेता येत नव्हता. द्विधा मन:स्थितीतच तो म्हणाला,

"लच्छे... त्यो गुलब्या... यीवून पयसं टाक म्हणा लागला तर काय करायचं...?"

लच्छी ठाम निर्धाराने म्हणाली, "ही... बग... आपल्यापाशी जी काय हाय... ती समदं त्येला दिऊ... आणिक आंगावरच्या कपडासकट कुटंबी जाऊन राबून खाऊ... आपल्या लेकरा-बाळासगं सुकानं ऱ्हाऊ..."

धमन्या कोंडीत सापडला होता. एका बाजूला मुलं, पत्नी यांच्याबद्दलची ओढ आणि दुसऱ्या बाजूला जमातीचे कायदेकानू. तेथील सर्वच बायका व माणसं लच्छीची समजूत घालण्याचा प्रयत्न करीत होती. परंतु लच्छी कोणाचेच ऐकत नव्हती. धमन्या पण आपल्या जमातीच्या या अमानुष रूढी, परंपरांपासून मुक्त होण्याची मानसिक तयारी करत होता. नैतिक बळ एकवटत होता. परंतु त्याचे मन ठाम निर्णय घेऊ शकत नव्हते.

चार-पाच दिवस अशा तणावातच गेले. तेथील सहा पालांतील बायका, पुरुष, मुलं धमन्याच्या पालाकडे फिरकत नव्हती. दिवस मावळतीकडे झुकला होता. मुलं पालांच्या भोवतीने खेळत होती. शिकार करून आणलेले प्राणी

भाजून, त्याचे मांस शिजविण्याची तयारी पालापालांतून सुरू होती. तेवढ्यात गुलब्या,हरण्या, आणि अंक्या झपाझप पावलं उचलत, त्या पालांकडे येताना दिसले. तेथील सर्वांचेच चेहरे भीतीने, चिंतेने, ग्रासलेले दिसत होते. आता काय होणार? असे प्रश्नचिन्ह सर्वांसमोर होते. धमन्या अपराध्यासारखा मान खाली घालून बसला होता. लच्छी मात्र आपल्या निर्णयाशी ठाम होती. गुलब्या, हरण्या, अंक्या त्या पालांसमोर येऊन बसले. तसे तेथील सर्व बायका, पुरुष, मुलं त्यांच्याभोवती जमली. गुलब्याने लच्छीकडे बघितलं अणि रागाने लालबुंद झाला. तो तारस्वरात म्हणाला,

"काय रं धमन्या... माजं पैकं कुणी तुज्या बानं द्याचं व्हय...? बायकूला घिवून बसलायीच... पैकं आताच्या आता दी... न्हायतर लच्छीला धाड माज्याबरूबर..."

धमन्या त्यांच्याकडे येत म्हणाला, "लच्छी आपल्या मनानं आल्याया... म्या आणली न्हाय... तवा जमाल्याल्या चार लोकांनी निवाडा करावा..."

गुलाब्या रागातच म्हणाला, "निवाडा करासाटीच आलूया..."

तेथील जाणकार मंडळी एकत्र बसली. सर्वजण जातपंचायतीचा निकाल ऐकण्यासाठी उत्सुकतेने जुन्या,जाणत्या लोकांच्या तोंडाकडे बघू लागले. लच्छीपण आपल्या दोन्ही पोरांना घेऊन, जातपंचायतीत येऊन बसली. इतर बायका तिच्याकडे कुत्सित नजरेने बघू लागल्या. त्याच वेळी तिच्या धाडसाचा, निर्भीडपणाचा हेवाही करू लागल्या. आपल्या सुप्त मनातील इच्छा, आकांक्षा, राग, द्वेष, लच्छीने प्रत्यक्षात आणले होते. त्यामुळे त्या बायकांना तिच्याबद्दल अभिमानही वाटत होता. परंतु पारंपरिकतेच्या जंजाळात अडकलेल्या त्या बायकांना आपल्यावरील अन्यायाविरुद्ध बोलण्याचे धाडसच झाले नव्हते. त्यामुळेच लच्छीचे वागणे त्यांना विचित्र वाटत होते. अंधार पडला होता. अंधारातच त्यांची जातपंचायत सुरू होती. त्या पालांतील संत्या काळे, गोत्या पवार आणि गंग्या हे जाणकार पंच लच्छीच्या आगळिकीचा निवाडा करीत होते. गुलब्या आपली फिर्याद मांडू लागला,

"दैवानो... म्या धमन्याला त्येच्या पोराच्या आपरीशनासाठी पैकं दिल्याती... त्येनं त्या बदल्यात आपली बायकू माज्याकडं घाणवटी ठिवली व्हुती... पैकं फिटपातूर तिची मिळकत मला द्याचं त्येनं कबूल केलं व्हुतं... पर पैकं फिटाच्या आगुदरच त्येची बायकू पळून आल्याया... तवा त्येनं आताच्या आता माजं पैकं टाकावं आणिक ही इपरीत केल्याबद्दल... जातपंच्यातीनं त्येला वाळीत टाकावं... माजं येवडंच म्हणणं हाय..."

संत्या काळे म्हणाला, "का रं धमन्या.. ही खरं हाय का...? तुजं काय

म्हणणं हाय...''

धमन्या हात जोडत बोलू लागला, ''म्या पैकं घेतल्यालं खरं हाय... आणिक माजी बायकू पळून आल्याली बी खरं हाय... पर आता माज्यापाशी त्येचं पैकं द्याला न्हायती.''

लगेच अंक्या म्हणाला,''आरं... पैकं न्हायती तर... बायकूला घरात कसं घेतलच...? आं ऽऽ ही कसली रीत... हाय...? आशी चाल पडली म्हंजी उंद्या जातीचं कोणच आयकणार न्हाय... तवा धमन्यानं आपल्या बायकूला गुलब्याकडं धाडावं आणिक जातपंच्यातीच्या इरूद वागल्याबद्दल त्येनं दंड भरावा...''

गंग्याने मुरब्बीपणाने एकवेळा धमन्याकडे तर एकवेळा लच्छीकडे बघितलं. वाढलेल्या दाढीवरून हात फिरवीत तो म्हणाला,

''काय गं... लच्छे... त्वा जाणार हायीस की न्हायीस गुलब्याकडं...?''

निर्धाराने लच्छी म्हणाली,''म्या त्येच्याकडं जाणार न्हाय... त्येच्या पयशाच्या बदल्यात... त्येनं माज्या पालात आशील-नशील ती घेवावं... आमी आंगावरच्या कापडासकट न्हायाला तयार हाय...''

लगेच हरण्या म्हणाला, ''आंगावरच्या कापडासकट न्हायाला... तुमाला जातीत ठिवाला पायजी की... तुमच्या घराला जातीतनं वाळीत पडाला लागील...''

अंक्या भेदक नजरेने धमन्याकडे बघत म्हणाला, ''काय रं... धमन्या... तुजी बायकू काय म्हंत्याया... ती तुला कबूल हाय काय...?''

धमन्या धीर एकवटून बोलू लागला.

''मला माज्या घराचा पकुरडा कराचा न्हाय... माजी बायकू, पोरं घिवून... म्या कुटंबी खायीन...''

त्याच्या अशा बोलण्याने सर्वच पंच खवळले.

कोणी म्हणत होता, ''ह्येला लय मस्ती आल्याया...''

तर कोणी म्हणत होता, ''बायकूच्या बुदीनं वागतुया!''

लच्छीला मात्र धमन्याचा अभिमान वाटू लागला. कृतज्ञतेच्या भावनेने ती त्याच्याकडे बघत होती. रात्रभर हा गोंधळ सुरूच होता. त्या पंचातील बुजुर्ग म्हणून संत्या काळे याच्याकडे सर्वजण पाहात होते. त्याचा निर्णय हा अंतिम मानला जात असे.

संत्या फारच अस्वस्थ झाला होता. जातपंचायतीचा धमन्याने घोर अपमान केला आहे,असेच त्याला वाटत होते. तेथील सर्वच माणसांत कुजबूज सुरू होती. एखाद्या हडळिनीकडे बघावे, तसे बायका, मुलं लच्छीकडे बघत होती. लच्छीच्या चेहऱ्यावर मात्र समाधान दिसत होते. संत्या नीट सावरून बसला. खाकरून त्याने घसा साफ केला आणि निर्णय देऊ लागला.

"धमन्या व लच्छीनं जातीला काळं फासाचं काम केलंय... जात पंचातीचा आवमान केलाय... गुलब्याचं पयसं घेतलं ती घेतलं... आणिक बायकूबी घरात ठिवून घितली... उंद्याच्याला आपल्या जातीत आसंच व्हुया लागलं तर... एकमेकांच्या सबदावर कोणसुदिक इस्वास ठिवणार न्हाय... परत्येक घरातील बाया माणसं... मनाला यील तसं वागत्याली... ही जातीच्या हिताचं न्हाय... तवा धमन्यानं... आपलं पाल... आशील त्या... सामानसुमानासकट... गुलब्याच्या ताब्यात देवावं... आणिक आंगावरच्या कापडासकट आपल्या बायकू-पोरास्नी घिवून कुटंबी जावावं... त्येचा आणिक त्येच्या बायकू-पोरांचा जातीशी आता कसलाच संबंध न्हाय."

संत्याचा हा निर्णय ऐकताच तेथील सर्व माणसं उठली. लच्छी व धमन्या आपल्या दोन्ही मुलांना घेऊन, तेथून शहराच्या दिशेने निघाले. तेथील बायका, पुरुष, मुलं त्या दोघांकडे अवाक् होऊन पाहात होती. लच्छी व धमन्याच्या चेहऱ्यावर मात्र वेगळेच तेज चमकत होते. त्यांची मुलं त्यांना बिलगून चालत होती. लच्छी व धमन्या दोघांनीही पालांकडे वा तेथील माणसांकडे ढुंकूनही पाहिले नाही. ते आपल्या जातीच्या, आदिम परंपरांपासून, दुष्ट रुढींपासून मुक्त झाले होते. जातीच्या, जमातीच्या बंधनांनाच नव्हे तर जाती-जमातीच्या चौकटींना कायमचा रामराम ठोकून, माणूस म्हणून जगण्यासाठी जात होते. त्याचवेळी सूर्य उगवत होता.

■

अजाण

सातपुड्याच्या पायथ्याशी वसलेला आदिवासी पाडा शहरी जीवनाच्या जसजसा जवळ येऊ लागला, तसतशी नवनवीन संकटे त्याच्यावर कोसळू लागली. आपले दु:ख, दैन्य, दास्य यांचे दुरूनच दर्शन घडविणाऱ्या त्या पाड्यातील सतरा-अठरा झोपड्यांवर भयावह शांततेचे सावट जाणवत होते. तेथील झोपड्यांसारखीच अवकळा त्या भिल्ल जमातीमधील स्त्री-पुरुषांच्या आणि मुलांच्याही चेहऱ्यावर पसरली होती. एरवी आपल्या कष्टमय, दरिद्री जीवनातही झाडाझुडपांशी, भाताच्या लोंब्यांशी, पशुपक्ष्यांशी नैसर्गिकपणे समरस होणारी ती अर्धनग्न भिल्ल माणसे-मुले अवाक् होऊन एकमेकांकडे पाहत होते. पाड्यातील साठ-सत्तर जण सकाळपासून तेथे ताटकळत होते. त्यांना एकानंतर एक अशा घडणाऱ्या घटनांचा अर्थच लावता येत नव्हता. त्या पाड्याचा प्रमुख व पाटील डोंगरू आग ओकणाऱ्या नजरेने त्या माणसांच्या मध्यभागी खाली मान घालून बसलेल्या सुरतीकडे बघत होता.

पंधरा वर्षांच्या सुरतीचे पोट वाढले होते. निसर्गाच्या सान्निध्यात वाढलेल्या सुरतीच्या काळ्या सावळ्या चेहऱ्यावर एक प्रकारचा टवटवीतपणा, अशाही स्थितीत दिसत होता, तिचे तजेलदार डोळे मात्र रडूनरडून लाल झाले होते. अर्धनग्न शरीर त्या अपुऱ्या कपड्यांत लपविताना तिची धांदल उडत होती. आपल्या पोटात कोणाचा अंकुर वाढतोय, याची तिला कल्पना नव्हती. त्या माणसांत तिने वारंवार टाहो फोडून सांगितले होते की, आपल्याला काहीच माहीत नाही. शेवटी तिने डोंगरदेवीचा भंडार शिवला होता. म्हणूनच तेथील इतर लोकांप्रमाणेच सुरतीचा बाप सुपडू आणि तिची आई पवरीदेखील संभ्रमात सापडली होती. तेथे जमलेले सर्वच जण सुरतीकडे तिरस्कारयुक्त नजरांनी पाहात होते.

डोंगरू आपल्या दाढीच्या खुरटांवरून हात फिरवीत, गंभीर आवाजात

म्हणाला, ''मंडळी... या पाड्यावर आसं दुसऱ्यांदा घडलंय... झुमऱ्याच्या कजरीनं आसंच कुणाचं पाप पोटात वाडीवलं व्हुतं... पर तिनं बी कुणाचं नाव न्हाय सांगितलं... आता ती शेरात जाऊन धंदा करत्याया... पाड्याचा आणिक तिचा संबंद तुटला... आसं पाड्यावर सारकं सारकं झालं तर जगाचं मुस्कील व्हुईल...''

सर्व जणच गंभीरपणे डोंगरूचे बोलणे ऐकत होते. एकटक त्याच्याकडे बघत होते. डोंगरू आपल्या अनुभवी भेदक नजरेने सुरतीला न्याहाळत म्हणाला,

''ही बग पुरी त्वा खरं काय ती सांग... तुज्या पोटात कुणाचं पाप वाडतंया...?''

सुरतीला काहीच आठवत नव्हतं. ती आपल्या स्मरणशक्तीला ताण देऊन आठवण्याचा प्रयत्न करीत होती. तेथे बसलेल्या बायका-मुली तुच्छेतेने तिच्याकडे बघत होत्या. कोणी मध्येच म्हणत होती,

''आय-बाला सांगितलं आसतंच तर... तुजं लगीन लावून दिलं आसतं की...येवडं श्याण खायाची काय गरज व्हुती...''

सुपडू आणि पवरीला लाजेने मान खाली घालावी लागत होती. आपली अविवाहित मुलगी कुणाशी तरी अनैतिक संबंध ठेवते. आपल्या जमातीत आपली इज्जत चव्हाट्यावर आणते, या विचाराने ते दोघेही व्याकुळ झाले होते. तेथे जमलेल्या लोकांच्या नजरा त्यांना घायाळ करीत होत्या. आपल्या अब्रूचे लचके तोडले जातात, असे सुपडूला वाटू लागले.

भरल्या गळ्याने तो म्हणाला, ''सुरती... त्वा खरं काय ती सांग... माज्या तोंडाला काळं फासू नगु... म्या माणसांतन उटीन... तीन च्यार लेकरं दारी-वसरी लागत्याली.... आपल्या जातीचा हाय का सांग... हितंच तुज लगीन लावू...''

सुपडूचं बोलणं संपण्यापूर्वीच मंगलू म्हणाला,

''आरं... आसं रडून कश्याला बोलतुच... घी तो कोयता आनं काप मान तिची... आसली पुरगी जित्ती असण्यापरास मेल्यालीच बरी हाय...''

सुरती भीतीने थरथरू लागली. आपले काय चुकले ते तिला कळत नव्हते. पवरीने जमलेल्या माणसांना हात जोडले. डोंगरू बसला होता, त्या दिशेला डोकं टेकवीत लाचार स्वरात ती म्हणाली,

''माज्या पुरीनं आगळीक किलीया... ही खरं हाय. पर तिनं डोंगरदिवीचा भंडारा शिवलाया... ती खोटं बोलाची न्हाय... माज्या लिकीवर दया करा...''

पवरी हुंदके देऊन रडू लागली. सुरतीने डोंगरदेवीचा भंडारा शिवल्यानेच खरे तर डोंगरूसह सर्वांच्याच समोर प्रश्न पडला होता. त्यांच्या जमातीमध्ये प्राण द्यावा लागला तरी असत्यासाठी भंडारा शिवला जात नसे. हे असत्यच आहे म्हणावे, तर सुरतीचे फुगलेले पोट धडधडीत दिसत होते.

डोंगरू समजुतीच्या स्वरात सुरतीला म्हणाला,

"त्वा खरं सांगिटलंच तर... तुला काय सुदीक करणार न्हाय.. पर दिवीला बट्टा लाव नगू... दिवीचा कोप झाला म्हंजी... आमी आनं... आनं... पाणी... पाणी करून मरू..."

तेथे बसलेल्या बायका-पुरुषांची चुळबूळ सुरू होती. हातावरचे पोट असलेल्या त्या लोकांना रात्रीच्या जेवणाची चिंता भेडसावीत होती. तशातच सुगीचे दिवस असल्याने, कोणाला आपल्या शेताच्या तुकड्यातील भात काढायला जायचे होते. कोणाला मजुरीसाठी तर कोणाला गवत कापायला जायचे होते. परंतु पाड्याचा प्रमुख निर्णय देईपर्यंत कोणालाच तेथून जाता येत नव्हते. भुकेने व्याकुळलेली लहान मुले रडत होती. तान्ही मुले आपल्या आईच्या उघड्या छातीला बिलगून होती. तरुणांमध्ये मात्र फारच अस्वस्थता जाणवत होती. सुरती कोणाचे नाव घेणार, हा प्रश्न त्यांना भेडसावीत होता. सुरती मात्र काही घडले ते आठविण्याची शिकस्त करीत होती. ती दैनंदिन घटनांवरून मागे मागे जाऊ लागली. पोट दुखायला लागले म्हणून चार महिन्यांपूर्वी आपण आईबरोबर प्राथमिक आरोग्य केंद्रात तपासण्यासाठी गेलो होतो. तो दिवस तिला आठवला.

त्या पाड्यापासून पंधरा किलोमीटर अंतरावर असलेल्या हिंगोणी येथील प्राथमिक आरोग्य केंद्रात तपासण्यासाठी सुरती व पवरी निघाल्या. सुरतीच्या पोटात फारच दुखायला लागल्याने ती एकसारखी तळमळत होती. थोडे अंतर चालले की ती मटकन खाली बसत होती. रडतरडतच पवरीला म्हणत होती.

"आये... मला चालाच व्हत न्हाय.. प्वॉट लय दुका लागलंय..."

पवरी तिची समजूत काढत होती,

"काय व्हत न्हाय गं बाय... चल आता जवळ आलाया दवाखाना... ततं गेल्यावर डागदर सुई मरतूय... लगीच बरं वाटतंया."

बसत उठत पवरी आणि सुरती प्राथमिक आरोग्य केंद्रात आल्या. सकाळचे अकरा वाजले होते. केंद्रात फारच कमी लोक होते. एक कम्पाउंडर, एक डॉक्टर आणि तपासण्यासाठी आलेले दोन आदिवासी रुग्ण. एवढीच माणसं तिथे होती. डॉक्टरांनी त्या दोन रुग्णांपैकी एकाची जुजबी तपासणी केली. सुरती आणि पवरी यांच्याकडे डॉक्टरांनी एक कटाक्ष टाकला. त्या रुग्णाला काही गोळ्या एका पुडीत बांधून दिल्या. कम्पाउंडरकडे पाहत डॉक्टर म्हणाला.

"तुकाराम तू जेवायला जा... आणि जेवल्यानंतर माझ्या खोलीत दोन बादल्या पाणी भरून ठेव... थोडा उशिरा आलास तरी चालेल..."

कम्पाउंडर छद्‌मी हसतहसतच निघून गेला. राहिलेल्या एका रुग्णाला डॉक्टरने गडबडीतच तपासले. गोळ्यांच्या दोन पुड्या बांधून, त्याच्याकडे दिल्या. कशा घ्यायच्या ते सांगितले आणि त्याचे म्हणणे नीट ऐकून न घेताच त्याला पाठविले.

सुरती बाकड्यावर तळमळत बसली होती. डॉक्टरची नजर तिच्या घालमेलीऐवजी तिच्या अर्धनग्न शरीराकडेच होती. सुरतीच्या अर्धवट झाकलेल्या शरीराकडेच बघत डॉक्टर म्हणाले.

"काय होतंय?"

पवरी गडबडीने पुढे होऊन हात जोडत म्हणाली, "डागदर सायीब... दोन तीन दिसापास्न हिचं प्वॉट दुकतंया... झाडपाल्याची आवषीदं करून बगीतली... पर उपेग झाला न्हाय.. काय तर करून माज्या लेकीला लगीच बरं करा... म्या तुमच्या पाया पडती..."

डॉक्टरने सुरतीला टेबलावर झोपण्यास सांगितले. तळमळतच सुरती टेबलावर झोपली. सुरतीला डॉक्टरच्या नजरेची मनोमन किळस आली. डॉक्टर पवरीकडे बघत म्हणाला.

"आजार जास्त झालाय... तिला इंजेक्शन द्यावं लागेल... इंजेक्शन दिल्यानंतर दोन-तीन तास तिला हालता येणार नाही. झोपून राहावं लागेल."

असे म्हणतच डॉक्टरने सुरतीला इंजेक्शन दिले. तो पुन्हा म्हणाला.

"तुम्ही येथे थांबू नका. इथे हालचाल झालेली पेशंटला चालणार नाही...तुम्ही गावात जाऊन... काही खरेदी करावयाची असल्यास करून, दोन-तीन तासांनी या..."

आपली मुलगी लवकर बरी व्हावी म्हणून व्याकुळ झालेली पवरी म्हणाली.

"डागदर सायीब... तुमी आमाला देवासारकंच हाय.. जिवा-भावाला कमी ज्यादा झालं तर... तुमीच आमाला तारणार..."

एवढे बोलून पवरी तेल, मीठ खरेदी करण्यासाठी गावात गेली. तळमळणारी सुरती मात्र भुलीचे इंजेक्शन दिल्याने गाढ झोपी गेली होती...

डॉक्टरांनी दवाखान्याच्या दरवाजाला आतून कडी घातली. निरागस सुरतीला कशाकशाची जाणीव नव्हती. लज्जारक्षणापुरता गुंडाळलेला कपडा व्यवस्थित करून डॉक्टरने साळसूदपणाचा आव आणला. सर्वार्थाने लुटल्या जाणाऱ्या या आदिवासी लोकांची, विशेषत: स्त्रियांची लूट या डॉक्टरने वारंवार केली होती. आदिवासींच्या अज्ञानामुळे, निरागसतेमुळे, त्याच्या या पाशवी, अमानुष कृत्याचा कोणाला पत्ता लागत नव्हता.

तासा-दीड तासाने सुरतीची भूल उतरू लागली. पोटदुखीबरोबरच आणखीही वेदना तिला जाणवू लागल्या. तिची तडफड पाहून डॉक्टरांनी तिला इंजेक्शन दिले. तोपर्यंत पवरी दुकानातून काही किरकोळ साहित्य घेऊन आली. ती गडबडीने सुरतीजवळ गेली. तिच्या तोंडावरून, डोक्यावरून हात फिरवत विचारू लागली.

"बरं वाटतंया का गं...?"

तळमळतच सुरती म्हणाली.

"आये, लयीच दुका लागलंय..."

पवरी तिला धीर देऊ लागली,

"डागदरानी टोचलं या... बरं वाटील... त्वा गप्प पड..."

पवरीला काहीच माहीत नव्हते. डॉक्टरने काही गोळ्या, औषधाची बाटली, पवरीकडे दिली, ते औषध केव्हा कसे घ्यावयाचे ते सांगितले आणि सुरतीला घेऊन जाण्यास सांगितले. पवरीने सुरतीला उठवले आणि धरूनच दवाखान्यातून बाहेर आणले. तळमळत तडफडत सुरती आईबरोबर पाड्याकडील वाट तुडवू लागली.

आज वस्तीसमोर सुरती काय सांगणार होती? इकडे सुपड्या रागाने लालबुंद होत म्हणाला,

"अशी वाचा बंद झाल्यासारखी काय बसल्यायीच...? सांग की कोण हाय त्येचं नाव... या समद्यांम्होरं तुजा गळा दाबून जीव घीन.."

सुरतीला इंजेक्शन दिल्यापर्यंतचे आणि त्या दवाखान्यातून तळमळत माघारी निघाल्यानंतरचेच आठवत होते. तेथून आल्यानंतर मात्र काही दिवसांतच आपले शरीर जड झाल्याचे तिला जाणवू लागले. आजारी असल्यामुळेच आपणाला असे वाटत असावे, अशी तिने समजूत करून घेतली होती. असहायतेने केविलवाण्या स्वरात सुरती म्हणाली,

"मला कायबी ठावं न्हाय... म्या कुणाचं नाव घिऊ... तुमी मला खरंच मारून टाका.."

सुरतीचे पोट वाढू लागल्याचे पवरीच्या लक्षात आले तेव्हा तिने सुपडूला सांगितले होते. बघता बघता पाड्यावरील सर्वांच्याच लक्षात ते आले आणि कुजबुज सुरू झाली. तेव्हापासून दररोज तिला पवरी आणि सुपडू बेदम मारत होते. मार सहन करून ती कंटाळली होती. कुमारवयातच तिच्यावर अमानुषपणे मातृत्व लादले होते. सुरती काहीच सांगत नाही, असे पाहून डोंगरू शेवटी म्हणाला, "सुपडूनं आपल्या पुरीच्या पापाची जबाबदारी घिवून ह्यो पाडा सुडून आपल्या लेकराबाळासकट कुटंबी निगून जावावं... न्हाय तर त्येनं या पुरीला पाड्यावरून हाकलून देवावं."

डोंगरू आपला निर्णय देऊन तेथून उठला.

सुरतीच्या समोर असंख्य प्रश्न तोंड वासून उभे राहिले. बघता बघता या प्रश्नांनी अक्राळविक्राळ स्वरूप धारण केले. आपल्या विनाशाला कोण जबाबदार? पोटात वाढणारा गर्भ कोणाचा आहे म्हणून सांगणार? पुढे आपणालाही शरीर विकण्याचाच व्यवसाय करावा लागणार काय? यात माझा काय दोष? माझी अवस्था कजरीसारखीच होणार काय?...

असंख्य प्रश्नांचे मोहोळ तिच्या डोक्यात घोंगावू लागले. ती घुटमळू लागली. समोर बसलेली माणसं आपल्याभोवती फिरताहेत असे तिला वाटू लागले. तेथील माणसांना मात्र तिच्या या अवस्थेची जाणीव नव्हती. घृणेने, तुच्छतेने भरलेल्या नजरा पाहता पाहता सुरतीचे डोळे चमकले आणि ती आपल्या वाढलेल्या देहाकडे खुनशी नजरेने एकटक पाहू लागली.

■

न्याय

त्या पंधरा-सोळा कुटुंबांतील बायका, माणसं, लहान मुलं सकाळपासून ताटकळत बसली होती. जातपंचायत कोणताच निर्णय घेत नव्हती. चांगीची आई गुणाबाई, आपलं दोन्ही हात जोडून परत परत काकुळतीनं जातपंचायतीला सांगत होती.

"आवं... आवग्या नव वरसाची पुरगी हाय ती... त्या बारक्या लेकराला... आजून संवसार म्हजी काय...? ती सुदीक कळत न्हाय.. तवरच नशिबानं तिच्यावर घाला घातलाया. दोन वरसं झाली. ती रांडमुंड झाल्याया. समदं आयुक्श्य तिनं तसंच कसं घालवाचं? ह्येचा जातपंच्यातीनं इच्यार करावा... तिची काय चूक हाय...? आणिक आमची बी काय चूक हाय...? माज्या पुरीला जलमबर जळत जळत जगावं लागील.."

तिला हुंदका अनावर झाला. तिला पुढं बोलता येईना. डोळ्यांतनं येणारं पाणी तिनं लुगड्याच्या पदरानं पुसलं. जातपंचायतीमधले नावाजलेले पंच म्हणून ज्यांची ख्याती होती असे शिरपा, भिका, गोंदा, सुभाना अशी निवडक मंडळी तिथं उपस्थित होती. बऱ्याच वर्षांचा जातपंचायतीचा अनुभव असलेल्या शिरपानं, डोळ्यांच्या भिवया ताणून गुणाबाईकडं बघितलं आणि समजुतीच्या स्वरात म्हणाला,

"गुणा... तुजं आयचं आतडं हाय... त्येला काय... येदना व्हत आसत्याल्या... ती काय आमाला कळत न्हाय व्हय...? परं आजपातूर चालत आल्याला रूडी, कायदं, परंपरा, कानून समदं तुज्या पुरीसाटी कसं बदलाचं...? आपल्या वाडवडलानं आजपातूर पाळत आल्याल्या परथा... आपुण पायाखाली तुडवाच्या का...?"

त्याचं ते जातपंचायतीचं समर्थन ऐकून चांगीच्या बापाला, यंकाला राहवलं नाही. त्याच्या कपाळावरची शीर टरारून फुगली. जळजळीत नजरेनं शिरपाकडं

त्यानं बघितलं. तोंडातला तंबाखूचा चोथा पचकन थुंकला आणि पोटतिडकीनं म्हणाला,

"आमच्या वाडवडलानं कंच्या रूडी घालून दिल्यात्या आणिक आमी त्याच कशा संबाळाच्या...? ही बगण्यापरास... पंचमंडळीनं त्या चांगल्या हायत्या का न्हायत्या...? ती बी बगावं... त्या रूडीनं, कायद्यानं येकांद्याचं वाटूळं व्हत आशील... तर त्या घ्याच्या कशाला...? आणि संबाळाच्या तर कशापाय...? जातपंच्यातीच्या कायद्यानं, रूडीनं कुणाचंबी चांगलं व्हतं... आशील तर ती घेवाव... ह्या पुरीनं हुबा जलम बीन लगनाचा काडाच आणिक उद्याच्याला त्या पुरीचा चुकून माकून पाय गसरला आणिक वायीट मारगाला लागली तर त्येला कोण... जबाबदार हाय...?"

पंचमंडळीच्या चेहऱ्यावर राग मावत नव्हत्या. सुभानानं हातात घेतलेली तंबाखू न मळताच चंचीत घातली. पांढरं झालेलं दाढीचं खुंट खाजवत म्हणाला,

"ही... बग यंका... वाडवडलानं केल्याल्या रूडी, परथा, कानून.. चांगलं हायती का वायीट...? ही कुणी ठरवाचं...? त्वा त्येंच्यापरास आणिक जातपंच्यातीपरास बी लय श्येणा झालाय व्हय...? उद्याच्याला कोण बी उटील आणिक आपल्या पोरासनीची... च्यार च्यार लगनं लावत बसील... तसली परथा आपल्या जातीत न्हाय.. तुज्या पुरीचं येकदा... लगीन झालंया... पाळण्याला बाशींग बांदलं... तिचा लिंब भाजला... जातीतल्या पाच लोकांनी आकशीदा टाकल्या... तवाच दैवाम्होर तिचं लगीन झालं का न्हाय...?"

तो थोडा वेळ थांबला. तिथं बसलेल्या माणसांवरून त्यानं नजर फिरवली. आपल्याशीच बोलल्यासारखं पुढं म्हणाला,

"आता तिचं नशीबच फुटकं निगालं... तिचा न्हवरा पंदराव्या सालातच मेला... त्येला कुणी काय करावं...? त्यो कसा मेला...? कवा मेला...? ह्येचा इच्यार हितं कराची... काय गरज न्हाय... आजपातूर चिक्कार पुरीस्नी इधवा व्हुयाची येळ आल्याया... काय काय पुरीस्नी तर तिसऱ्या चवत्या वरसातच इधवा हून जगाला... लागलाय..."

बोलता बोलता सुभानाच्या आवाजाला धार आली. बसलेली माणसं त्याचा शब्द न् शब्द काळजीपूर्वक ऐकत होती. त्यानं आपली नजर यंकावर स्थिर ठेवली. धारदार आवाजात तो बोलू लागला,

"गड्यावाणी हिमतीनं त्या पुरी जगल्या का न्हाय...? परं त्येंच्या आयबानं जातपंच्यातीला इच्यारलं न्हाय... की बाबा आमी हिचं लगीन करू का... म्हणून... आणिक त्वा तुज्या पुरीचं... दुसरं लगीन कराला उटलायीचं...? उद्याच्याला च्यार गावची जातभाय जमली म्हंजी तोंडात श्याण घालत्याली..."

चांगी पालात बसून ऐकत होती. रडून रडून तिचं डोळं लाल झालं होतं. आपलं आता लग्न होणार नाही. उभं आयुष्य आपणाला घण मारतच घालवावं लागणार आहे. आपलं लग्न कधी झालं? ती आपल्याच विचारात गुरफटत होती. विचार करून सुद्धा तिला काहीच आठवत नव्हतं. ती आपलं बालपण आठवण्याचा प्रयत्न करू लागली. संताराम मामांच्या गोमाबरोबर आपलं लग्न झालं असल्याचं आईनं आपणाला लहान असताना सांगितलं होतं. त्यावेळी आपणाला कुठं कळत होतं लग्न म्हणजे काय? सहाव्या सातव्या वर्षी थोडं समजायला लागलं. गोमा आपला नवरा आहे. फिरायला गेल्यानंतर कधी कधी गोमाचं पालही आपल्याबरोबर असायचं. कधी कधी कामासाठी गोमा आपल्या पालात आला, तर आपण बाहेर पळून जात होतो.

जातपंचायत सुरूच होती. प्रत्येकजण आपापले विचार तिथं मांडत होता. चांगीच्या डोळ्यांतून अश्रूंची माळ टपकत होती. तिचं मन भूतकाळातल्या प्रसंगाच्या चिटूऱ्या एकत्र करण्यात गुंतलं होतं.

कवलापूर हे तसं रहदारीच्या रस्त्यावरील गाव. गावालगतच घिसाडी कुटुंबांची तीन-चार पालं मारली होती. प्रत्येक पालासमोर भाता, ऐरण, विस्तवासाठी आगटी, जवळच कोळशानं भरलेला पत्र्याचा डबा दिसत होता. फाटकातुटका संसार, पालापालांमधून विखरून पडलेला होता. उघडीनागडी पोरं त्या पालांतून खेळत होती. तिथंच घाण क़रीत होती. कोळशानं पालांसमोरील जागा काळीभोर झाली होती. बारा-तेरा दिवसांपासून त्या कुटुंबांनी आपला संसार तिथं मांडला होता. जुनं लोखंड शेवटून, त्यापासून खुरपी, पारा, मेका, विळे, कुऱ्हाडी, धावा, कुळवाचे फास तयार करून व शेवटून देण्याचं काम ती कुटुंबं करत होती. संतारामचं आणि यंकाचंही पालं तिथं होतं. मेहुण्याचा निरोप मिळाला म्हणून संताराम तातडीनं वाडेगावला गेला होता. तीन दिवस होऊन गेलं तरीदेखील तो अद्याप परत आला नव्हता. गोमा आणि त्याची आई रमाबाई, जुनी आवजारं शेवटून देण्याचं काम करीत होती. आपला नवरा आजून कसा परत आला नाही? काय झालंय कुणाला ठावं...? या काळजीनं रमाबाईला वेढलं होतं. दोन वेळा चूल पेटावी म्हणून ती मुलांना मदतीला घेऊन दिवसभर काम करीत होती. गोमाच्या दोन लहान बहिणी भाता ओढण्याचं काम करीत होत्या.

त्या दिवशी सकाळीच रमाबाई गावात गेली. तिला दोन खुरपी, दोन-तीन कुऱ्हाडी, एक मोडकं टिकावं शेवटून देण्यासाठी मिळालं. ती गडबडीनं पालाकडं आली. ते साहित्य पालांसमोर टाकत गोमाला म्हणाली.

"वायसं... लवकर आवर... ह्या कुराडी आणिक टिकावं दुपारच्याला द्याचं

हाय.. तेवडंच शेर मापटं दाणं मिळत्याली... सांच्याला पोटाला व्हुयील.... तुज्या बापाचा काय... अजून पत्त्या न्हाय... म्हागं लेकरं बाळं उपाशीतापाशी मरत असत्याली... त्येची सुदीक त्येनांस्नी काळजी न्हाय...''

असं म्हणतच तिनं कोळशानं भरलेला पत्र्याचा डबा भात्याजवळ आणला. त्या डब्यातील कोळसं आगटीत टाकत ती म्हणाली,

''शिरमी आणिक गिरजी भाता वडत्याली म्हणं... त्वा आयरणींवर धर... म्या घण मारती... तुला हे घण माराचं जमाचं न्हाय...''

आईच्या सांगण्यानुसार शिरमी भाता ओढू लागली. चार-पाच वर्षाच्या शिरमीचा चिमुकला हात भात्याच्या काठीबरोबर वरखाली होत होता. कोळसं पेटलं. त्या लालभडक इंगळात रमाबाईनं खुरपी, कुऱ्हाडी, टिकावं घातलं. गोमा सांडशी घेऊन ऐरणीजवळ बसला. दोन-तीन दिवस झालं. बाप परगावी गेल्यापासून तो बारीकसारीक लोखंडाचं साहित्य शेवटण्यासाठी ऐरणीवर धरत होता. बाप असताना कोळसं गोळा करण्याचं काम तो करत असे. कधी कधी भाताही ओढत असे. गोमानं नाराजीच्या स्वरातच आईला विचारलं.

''आयं... ही खुरपी, कुराडी... टिकावं समदंच आता शेवटाचं हाय व्हय...?''

रमाबाईनं त्याच्या डोक्यावरून हात फिरविला. समजुतीच्या स्वरात त्याला म्हणाली,

''व्हयं... नीट धर... सांडशी निसटली म्हजी... हात भाजून घिचील...''

गोमानं मान हालविली. शिरमी भाता ओढून ओढून दमली होती. गोमानं आगटीतनं लालभडक झालेलं खुरपं काढलं. ऐरणीवर धरलं. रमाबाई घण मारू लागली. घण उचलल्यानंतर गोमा गडबडीनं खुरप्याची बाजू पालटत होता. एकसारखं वेगात घण मारल्यानं रमाबाईला दम लागला होता. घामाच्या धारा तोंडावरून वाहात होत्या. दोन खुरपी त्यांनी शेवटून काढली. टिकावं आगटीतनं काढलं. सांडशीत टिकावाचं पातं धरून, गोमानं ऐरणीवर धरलं. रमाबाई घण मारू लागली. घणाचा एक घाव टिकावाच्या पात्यावर बसला. दुसरा घाव मारण्यासाठी घण उचलला आणि सांडशीच्या पकडीतून टिकावाचं पातं निसटलं. ते पातं सांडशीच्या पकडीत धरण्यासाठी, गोमानं सांडशी सावरत दोन्ही हात पुढं केलं. त्याचवेळी वेगानं येणारा घण गोमाच्या दोन्ही हातांवर बसला. जीवाच्या आकांतानं गोमानं किंकाळी फोडली आणि एका बाजूला कलांडला. वेगानं येणारा घण आणि तापलेली ऐरण यांच्यामध्ये गोमाच्या दोन्ही हातांच्या चिंधड्या झाल्या. रमाबाईनं आपल्या मुलाची ती अवस्था बघितली तसं तिचं काळीजच फुटलं. जीभ टाळ्याला चिटकून बसल्यासारखी झाली. तिला काहीच बोलता येईना. ती वेड्यासारखी हातवारे करू लागली.

शेजारच्या पालांतील माणसं, मुलं तिथं जमली. रडण्या-ओरडण्याचा गोंधळ माजला. गोमाकडं बघून, चांगी हुदंकं देत म्हणाली,

''हीऽऽऽ हीऽऽऽ कसं झालं व मामी...? माजऽऽऽ... माऽऽऽ... माऽऽऽ... जंऽऽऽ...''

तिला पुढं बोलताच आलं नाही. तिनं बेशुद्ध असलेल्या गोमाच्या शरीरावर स्वत:ला झोकून दिलं. दु:खानं बेभान होऊन ती त्याला कवटाळून रडू लागली. यंकानं दोन माणसं मदतीला घेऊन त्याला उचलून घेतलं. गावात डॉक्टर आहे का, ते बघण्यासाठी ते धावू लागले.

एका खासगी डॉक्टरांच्या दवाखान्यात त्याला आणलं. डॉक्टरांनी त्याची अवस्था बघितली. दोन्ही हात मनगटापासून पुढं चेंदामेंदा झाले होते. वेदनेनं वेडावाकडा चेहरा करून पडलेला गोमा त्याच अवस्थेत होता. त्याची गंभीर अवस्था बघून डॉक्टर म्हणाले,

''ह्याला, ताबडतोब... सांगलीच्या सरकारी दवाखान्यात घेऊन जावा... दोन्ही हात मनगटापासून तोडून काढावे लागतील.. येथे त्याच्यावर उपाय करता येणार नाही... किती वेळ झाला... हा बेशुद्ध पडून...?''

डोळ्यांतून झिरपणारं पाणी अंगरखीच्या बाहीला पुसत यंका म्हणाला,

''येक... तासबर झाला... डागदर सायेब... ह्या... पोराला आसल्या परिस्तितीत घिवून... सांगली पातूर कसं जायाचं...? तवर... त्याला कसलंतरी आवषीद द्या... तुमचं लय उपकार व्हुत्याली आमच्यावर...''

डॉक्टर कसलीही जबाबदारी घेण्यास तयार नव्हते. डॉक्टर रागानेच म्हणाले,

''तुम्ही ताबडतोब सांगलीला घेऊन जावा... नाहीतर... मुलगा हातातून जाईल...''

बेशुद्ध गोमाला दोघा तिघांनी उचलून घेतलं. त्या चार कुटुंबांतील माणसं, मुलं रडत, ओरडत त्यांच्यामागून पळत होती. रमाबाई रडत, आपटून घेत नवस मागून घेत होती. आकाशाकडे हात करून म्हणत होती.

''आयंऽऽऽ... मऱ्यांयेऽऽऽ... त्वां... माजं लिकरूऽऽऽ... वाचवऽऽऽ... म्या तुला बकरं कापतीऽऽऽ... तुज्या सवाशिणी घालतीऽऽऽ तुजी जतरा करतीऽऽऽ...''

गावातील दोन-तीन खाजगी दवाखान्यांतून त्यांना नकारच मिळाला. गोमाला सांगलीच्या सरकारी दवाखान्यात घेऊन जाण्याची तयारी सुरू झाली. रमाबाई, चांगी, यंका, शिरमी यांचे डोळे रडून रडून लाल इंगळासारखे झाले होते.

जातपंचायतीत चाललेल्या गोंधळामुळे चांगी भूतकाळातून बाहेर आली. समोर जातपंचायतीत तिच्या आयुष्याच्या प्रश्नावर वादविवाद अजूनही चालू होता. जातपंचायतीला चांगलाच रंग भरला होता.

"आरं... परं... ज्येच्या घरात पुरगी गिली... त्येचं काय म्हणनं हाय...? त्ये आयकून घेचाल का न्हाय...?"

आडकित्यात सुपारी धरून कातरत भिका बोलत होता. सुपारी कातरून तोंडात टाकत म्हणाला,

"ही... बगा... सध्याच्याला त्यो... त्या पुरीचा...वाली हाय... यंकानं ज्या दिवशी पुरगी... दिली...त्या दिवशी त्याचा पुरीवरचा... हाक्क उडालाय..."

आपल्या सवयीनुसार गोंदानं मान हालविली आणि त्याच्या सुरात सूर मिसळत म्हणाला.

"व्हय... भिकामामाचं खरं हाय.. काय संताराम...? आरं त्वा बोल की... तुज्या पोराच्या नावानं पुरीनं कुकू लावला का न्हाय...?"

असं म्हणून प्रश्नार्थक नजरेनं त्यानं संतारामकडं बघितलं. संतारामनं होकारार्थी मान हलविली. त्यानं पुढं बोलायला सुरुवात केली.

"मग... त्या पुरीला... संबाळाची जबाबदारी तुजी हाय... तवा... यंका तुज्या इच्यारा बिगार... पुरीचं लगीन कराला कसा हुबा ऱ्हायलाय...? ते काय जातपंच्यायतीला कळत न्हाय...?"

चांगी आतापर्यंत चांगलीच भानावर आली होती. ती पालाच्या फटीतून जातपंचायतीमध्ये बसलेल्या माणसांकडं बघू लागली. कोणाच्या चेहऱ्यावर, जातपंचायतीचा निर्णय घेणं आपल्याच हातात आहे, आपण मुरब्बी आहोत याचा अभिमान झळकत होता, तर कोणाच्या चेहऱ्यावर काय निर्णय लागतोय...? याची उत्सुकता दिसत होती. तर कोणाचे चेहरे अपमानानं, निराशेनं काळवंडले होते. कोणी चितागती होऊन बसलं होतं, तर कोणी कंटाळवाण्या स्थितीत बसून होतं. संताराम मान खाली घालून बसला होता. डोळ्यांतून येणारं पाणी, फाटक्या धोतराच्या सोग्यानं त्यानं पुसलं, नजर जमिनीवर स्थिर ठेवून तो म्हणाला,

"आता दैवाम्होरं म्या काय बोलणार...? दैवाचा सबूद मला उचलाला पायजी..."

थोड्या आशेनं त्यानं आपली नजर जातपंचायतीवरून फिरविली. निराशेनं काळवंडलेला त्याचा चेहरा न कळत उल्हसित झाला. तो पुढं बोलू लागला.

"पर मला वाटतंया... माजं पोरगं गेलंय... देवानं माजा व्हुता तेवडा बी आदार मोडलाय... त्या पुरीला माज्या घरात ठिवून... म्या काय करू..? जलमबर मला तिच्या आतम्याचा सरापच घ्येवावा लागणार हाय... मला बी दोन पुरी हायत्या... आय-बाच्या मनाला काय वाटतंया... त्याची मला ज़ाण हाय... देवळात देव नशील... तर त्या देवळाला काय किंमत हाय...?"

त्यानं चांगी बसलेल्या पालाकडं नजर टाकली. एक उसासा सोडला आणि म्हणाला,

"ती पुरगी आजून यीवडी... यीवडीच हाय.. तवा तिच्या आयुकश्याचं वाटूळं व्हुण्यापरास... यंका म्हणत आशील तर... दैवानं त्येला त्या पुरीचं... लगीन करून द्याला परवानगी द्येवावी."

एवढं बोलून तो थांबला. आपल्या बोलण्याचा जातपंचायतीवर काय परिणाम झालाय...? त्याचा अंदाज घेण्यासाठी तो एका एका पंचाकडं बघू लागला. संतारामचं निर्मळ, दयाळू मन बघून यंकाचं अंत:करण भरून आलं. गुणाबाई कृतज्ञतेच्या भावनेनं त्याच्याकडं बघत होती. संतारामच्या दोन्ही पोरींची लग्नं कधीच झाली होती. एक मुलगी सासरी गेली होती. दुसरी वयानं फारच लहान आहे म्हणून, घरात ठेवली होती. आज ना उद्या तिला सासरी पाठवावं लागणारं होतं. त्यावेळी त्यांना चांगीची गरज होती. घरात कामासाठी कोणीच नसणारं होतं. परंतु चांगीच्या आयुष्याचं वाटोळं होऊ नये म्हणून, त्यानं आपल्या बोलण्याला दुजोरा दिला आहे, याची जाणीव यंकाला झाल्यावाचून राहिली नाही. तर संता विचार करीत होता त्या लहान पोरीच्या आयुष्याचं वाटोळं होऊ नये, हे जरी खरं असलं तरी, आज आपली काय अवस्था आहे? मुलाच्या मरणानं आपला धीर खचला आहे. अशा स्थितीत बायको आणि मुलीला सांभाळणंच कठीण होऊन बसलंय. तशातच आणखी एका माणसाची भर. उद्या तिच्या आयुष्याची जबाबदारी आपण कसं पार पाडणार...?

सासऱ्याच्या बोलण्यानं चांगीच्या मनातील त्यांच्याबद्दलचा आदर दुणावला. ती पालातून बाहेर आली. रडून रडून तिचं डोळं लाल झालं होतं. ती सासऱ्याच्या जवळ गेली. तिनं त्याच्या पायावर डोकं ठेवलं. सर्व माणसं तिच्याकडं आश्चर्यानं बघू लागली. "ह्या पुरीला यीवडी जाण कशी आली...?" हा प्रश्न तिथं बसलेल्यातील बऱ्याच लोकांच्या चेहऱ्यावर दिसत होता. संतारामनं तिला पुढ्यात घेतलं. आपला थरथरता हात तिच्या पाठीवरून फिरविला. चांगी गळ्यात पडून रडू लागली. पंच मात्र अस्वस्थ झाले. ऐसपैस मांड घालून बसलेला शिरपा चवड्यावर बसला आणि संतारामकडं रोखून बघत म्हणाला,

"म्हंजी... तुमी दोगानी मिळून... ठरविलंया म्हणा की... आज पातूर... आपल्या जातीत आसं झालं न्हाय.... आणिक आता झालं तर... जातीला बट्टा लागलं.... तुमा दोगाला जर... त्या पुरीचं लगीन करून द्याचं आशील... तर... करून घ्याला... जातीतला कोण सुदीक तयार व्हुणार न्हाय... पर... जातपंच्यात तुमा दोगास्नी मातूर... वाळीत टाकील...."

रमाबाई गडबडीनं पुढं आली. तिनं जातपंचायतीपुढं पदर पसरला. त्यावर

डोकं ठेवत ती म्हणाली,

"नगा.... तसं काय करू नगा... आमांला... जातपंचायतीचा सबूद परमाण हाय.. वाळीत टाकलं म्हंजी आमी जगाचं कसं...?"

आपल्या पांढऱ्या मिशांवरून हात फिरवीत सुभाना म्हणाला,

"त्ये... तुज्या न्हवऱ्याला सांग... जातीसाटी म्हणून काय कायदं हायती... कुणी बी उटून मनाला यील... तसं करा लागलं म्हजी... ह्या जातपंचायतीची गरज काय...?"

बसलेल्या सर्व लोकांवरून भिरभिरती नजर टाकून, मोठ्या आवाजात तो बोलू लागला.

"आपुण ती कायदं.... पिड्यान् पिड्या पाळत... आलुया... ज्येंच्या ज्येंच्यावर आशी येळ आली... त्या समद्यास्नी आसंच वाटलं व्हुतं.... पर त्यांनी जातपंच्यातीला डावललं न्हाय..."

संताराम रागानं, अपमानानं धुमसत राहिला. यंकाचं अंत:करण तिळतिळ तुटत होतं. तो कळवळून म्हणाला,

"त्या पुरीचा वाली म्हणून... तिचा सासरा तिचं दुसरं लगीन करून द्याला सांगत असताना... जातपंच्यातीनं आडवं पडू नी... म्या येक बाप म्हणून समद्या पंचास्नी... हात जोडतू..."

सर्वच पंच त्याच्या बोलण्यानं खवळले.

जमलेली माणसं पंचाकडं बघून माना खाली घालू लागली. शिरपा उठून उभा राहिला. त्यानं हातातली काटकी मोडून तिचं दोन तुकडं केलं. काटकीचा एक तुकडा टाकतच तो रागानं म्हणाला,

"यंका...! त्वा जातपंच्यातीचा अवमान करतुयाच... तुला तुज्या पुरीचं लगीन करून द्याचं आशील तर खुशाल करून दी.. जातपंच्यात आडवी पडणार न्हाय.. पर आजपास्न तुज्या... घरचा आणिक जातीचा संबंध न्हाय.. तुजं मापटं बंद केलं आसं समज...चला उठा ऽऽऽ"

काय करावं? ते यंकाला सुचंना. तो गडबडीनं उठला. जातपंचायतीच्यामध्ये आडवा पडला. आडवं पडूनच विनवू लागला,

"माजी चूक झाली... म्या जातीला सुडून कुटं जावू...? मला वाळीत टाकल्यावर... उंद्याच्याला माज्या लेकरा बाळाचं कसं व्हुयील...? माजं म्हणणं आयकून घ्या..."

तावातावानं गणपा म्हणाला.

"आता काय... आयकून घ्याचं...? त्वा सवतालाच... लय श्येणा समजा लागलायीच..."

दिवस मावळतीकडं झुकला होता. सकाळपासून बसून बसून माणसं कंटाळली होती. सर्वांनाच पोटासाठी कायतर वाळलं, ओलं शिजवायचं होतं. कोणाला शेवटण्यासाठी आणलेली आवजारं शेवटून द्यावयाची होती. कोणाला गावातून फेरी मारायची होती. लोकांची चुळबूळ सुरू झाली होती. जातपंचायतीचा निर्णय लागत नव्हता. कोणाला तिथून उठताही येत नव्हतं. लहान मुलं भूक लागल्यामुळं रडत होती. सुभाना म्हणाला,

"ही बगा... उगच चिमटीत पाणी धरून... चिवडत बसण्यात काय राम न्हाय... तवा काय ती येकदा निकाल लावा... म्हंजी... समद्यास्नीच पोटापाण्याच्या म्हागं... लागाला बरं..."

यंकाकडं नजर रोखून बघत तो म्हणाला,

"सांग यंका... ! शेवटाला तुला काय सांगाच हाय...? उगच समद्यास्नीच तंगवाला नगू..."

निराश मनानं, काळवंडलेल्या चेहऱ्यानं यंका म्हणाला,

"मला जी काय सांगाचं व्हुतं... ती म्या सांगितलंया... आता काय कराचं...? ती दैवाच्या हातात हाय.. म्या काय दैवाम्होरं जाणार हाय...? जातीसाठी माती खायालाच लागत्याया... आता तुमीच काय ती इच्यार करून... ठरवा..."
त्यावर भिका म्हणाला,

"आरं... येवडं म्हायीत व्हुतं... तर मग येवडा येळ... का आडवं पडत व्हुतास...? जी कवा... हुणार न्हाय... आसलं कराला बगा... लागलायीचं.."

यंका तोंडातल्या तोंडातच पुटपुटला,

"पुरीकडं बगून... आतडं तुटतंया... जीव ऱ्हायीना... म्हणून इच्यारलं... दुसरं काय...? पर काय... कराचं...? तिचं नशीबच तसं हाय..."

असं पुटपुटत स्थिर नजरेनं पालांकडं बघत राहिला.

माणसांचा घोळका बघून जाणारी येणारी माणसं थोडा वेळ थांबत होती. ऐकत होती. भांडण वगैरे नाही असं समजून आपल्या कामाला जात होती. त्यांची भाषाच कोणाला समजत नव्हती. भाषेच्या बंदिस्त कोठडीत त्यांचे कायदे, त्यांच्या रूढी अबाधित होत्या. येणाऱ्या जाणाऱ्याला त्यातील काहीच समजणार नव्हतं. पंचही बसून बसून कंटाळले होते. कंटाळवाण्या सुरातच गोंदा म्हणाला,

"काय ती पंचानं ठरवावं... जातपंच्यातीनं येक निर्णय घ्येवावा... आणिक लोकांस्नी मोकळं करावं..."

पंच काय निर्णय घेतात, याची सर्वांनाच उत्सुकता होती. बसून बसून थकलेल्या माणसांची, जातपंचायतीचा निर्णय ऐकण्याची आतुरता मात्र कमी झाली नव्हती. सर्वांच्या नजरा सुभानावर खिळल्या होत्या. सुभानाचा निर्णय हा

सर्वमान्यच मानला जात होता. आजपर्यंतची ती पद्धत होती. सुभानानं खाकरून घसा साफ केला. आपल्या गंभीर आवाजात तो बोलू लागला,

"मंडळी... ही जातपंच्यात यंकानं भरीवली... येक तर... आपल्या जातीत.. येकदा लिंब भाजला म्हंजी..पुन्यांदा... लिंब भाजाचा नसतुया..."

असं म्हणतच त्यानं समोरचा एक खडा उचलून हातात घेतला. बसलेल्या माणसांकडं बघत त्याने बोलायला सुरुवात केली.

"ही समद्यांस्नीच ठावूक हाय... ही ठावूक आसून सुदीक यंकानं जातपंच्यातीला बुलविली.. ही त्याची... पयली चूक हाय..."

असं म्हणतच सुभानानं हातातला खडा समोर टाकला. त्याचा आवाज किंचित चढला. त्या आवाजातच तो आपला निर्णय सांगत होता.

"दुसरी चूक... हाय... ती म्हंजी... त्यानं जातपंच्यातीचा आवमान केला... तवा जातपंच्यातीच्या कलमापरमाणं... यंकानं दोनशे येक रुपाया दंड म्हणून ज़ातपंच्यातीला द्यावा... आणिक आपली पुरगी... दिली त्या दिवशी मिली... आसं म्हणून... संतारामच्या घरात धाडावी... त्या पुरीला संबाळाची... जबाबदारी संतारामनं घ्येवावी..."

असं म्हणून सुभाना न्यायधीशाच्या रुबाबात तेथून उठला आणि आपल्या पालाकडं चालू लागला.

तो निर्णय ऐकून संताराम मनातल्या मनात चडफडत राहिला. रागानं, अपमानानं, अगतिकतेनं, यंकाचं डोकं सुन्न झालं होतं. त्याच्या असहाय्यतेनं त्याच्यातील पितृत्वाचा गळा घोटला होता. तो खिन्न मनानं तिथून उठला आणि आपल्याच विचारांच्या तंद्रीत पालाकडं जाऊ लागला. माणसं कधीच आपापल्या कामाच्या पाठीमागं लागली होती.

संताराम आपल्याच विचारात गुरफटून गेला होता. त्याला तेथून उठण्याचे भानही राहिले नव्हते. तो विचार करीत होता. कसला हा न्याय...? माझा मुलगा मेलाय. घरातील तीन चार माणसांचा खटला चालवीपर्यंत, माझा जीव मला नकोसा झालाय आणि त्यामध्येच आणखीन एका माणसाची भर. उद्या जर काही त्या मुलीचं बरं वाईट झालं, तर हीच जातपंचायत मला दोष देणार. मला बट्टा लावणार. माझ्याकडून दंड वसूल करणार. माझ्यानंतर ह्या मुलीचं काय होणार? आजसुद्धा ह्या मुलीला बदनामीपासून दूर ठेवण्याची कुवत माझ्यामध्ये कुठे आहे? आपला मुलगा अपंग होऊन जगला असता तर, आज ही वेळ आपल्यावर आली नसती. परंतु शुद्धीवर आल्यानंतर हात तोडलेलं त्यानं बघितलं. तसा त्यानं धसकाच घेतला. त्यातच तो झिजून झिजून मेला. तो आपल्याच विचारांच्या वावटळीत पाचोळ्यासारखा भरकटत होता.

यंका शून्य नजरेनं आकाशाकडं बघत बसला होता. चांगी पालाच्या मेढीला धरून, स्वत:ला हरविल्यासारखी नजर स्थिर ठेवून एकटक जमिनीकडं बघत उभी होती. तिला समोर काळाकुट्ट अंधार दिसत होता. पालाच्या मेढीजवळच भाता लावला होता. चांगीचा हात अनवधानाने भात्याच्या दोरीकडं गेला. तिनं ती दोरी ओढली. भात्यातनं हवा बाहेर फेकली. विझलेल्या आगटीतनं राखेचा लोळ उठला. त्या आगटीत एक फुणगी तिला दिसली. ती फुणगी बघून चांगी भेसूर हसली. रात्री बऱ्याच उशिरानं त्या पालांवर आरडाओरड सुरू झाली. "आगऽऽऽ... आगऽऽऽ..." म्हणत माणसं ओरडू लागली. तिथं लोकांची धांदल उडाली. त्या पंधरा-सोळा कुटुंबातील माणसांनी "काय झालं...?" म्हणून बघितलं, तर चांगीच्या देहाचा कोळसा झाला होता...!

अंधारातील प्रवास

भैऱ्या तापानं फणफणत होता. त्याची बायकू राही त्याच्या शेजारीच चिंताग्रस्त चेहऱ्यानं बसली होती. तो जास्तच विव्हळायला लागला म्हणून राहीनं पाण्यानं भिजविलेल्या कापडावर आणखी थोडं पाणी घातलं. चिंब भिजलेलं कापड त्याच्या कपाळावर ठेवत ती म्हणाली,

"ह्या... पट्टीनं जर... ताप कमी झाला न्हाय... तर म्या... गावात जात न्हाय... गिरज्या जायील. म्हणं... काय मिळत्याली... तेवडंच च्यार तुकडं खावून झोपाला यील..."

तिनं चिंध्याचं बोचकं त्याच्या डोक्याखाली ठेवलं. पालातलं सामान हिकडं तिकडं सारून, थोडा जागा केला. गुडघं पोटाशी घेऊन पडलेल्या भैऱ्याला सरळ करत ती म्हणाली,

"तुमाला आसं... सुडून... जायाला मनच व्हत न्हाय..."

गेले तीन-चार दिवस त्याला भयंकर ताप येत होता. त्याची अन्नावरची वासनाच उडाली होती. चार दिवसांपासून राही त्याच्या कपाळावर पाण्यानं भिजवलेलं कापड ठेवत होती. ताप कमी झाला की, गावात मागायला जात होती.

सकाळपासूनच भैऱ्याला भलताच ताप चढला होता. दोन-तीन वेळा पाण्याची पट्टी त्याच्या कपाळावर ठेवूनसुद्धा त्याचा ताप कमी झाला नव्हता. बाकीच्या पालांतली बायका, पोरं गावात मागायला गेली होती. पुरुष माणसं शिकारीला गेली होती. यंक्या पालातच होता. त्याच्या दोन्ही बायका आणि चारही पोरं मागायला गेली होती. भैऱ्याची बायकू आणि तो दोघंही कुठं कशी गेली नाहीत? या विचारानं यंक्या त्यांच्या पालात आला. भैऱ्या तापानं ग्लानी येऊन पडलेला. राही त्याच्या कपाळावर पाण्याची पट्टी धरून अस्वस्थ मनानं बसलेली, लहान मुलगी रडत असलेली, हे दृश्य बघून तो म्हणाला,

"ये... ऱ्हाये... काय झालंया....? आणिक भैऱ्या... का झोपलाय...?"

राहीनं भैऱ्याच्या कपाळावरचा हात काढला. काळजीच्या सुरात म्हणाली,

"आरे... दादा... ह्यंचा ताप काय कमी व्हुईना झालाय... आंग निस्त इस्त्यावाणी भाजा लागलंय...."

यंक्या बेफिकिरीच्या सुरात म्हणाला,

"आगं...त्येला काय व्हुतया... ताप यीतुया आणिक जातुया... त्येची येवडी काळजी कराची नसत्याया... त्वा हितं आसं... बसून... लेकराच्या आणिक तुमच्या पोटाला काय नगू का....?"

भैऱ्या डोळं किलकिलं करून, त्या दोघांच्याकडं बघत होता. आपल्या पालात कुत्रं भांडी पाडतंय असा आवाज आल्यानं यंक्या "हाडऽऽऽ... हाडऽऽऽ..." करत पालात गेला. क्षीण आवाजात भैऱ्या राहीला म्हणाला,

"त्वा जा गावात... मला काय व्हत न्हाय.. लेकरास्नी खायाला... आनं न्हाय.. म्या असा झुपून हाय... त्वा बी गिली न्हायीच म्हंजी पोटाला काय खायाचं..?"

राहीनं पालातली बोचकी व्यवस्थित ठेवली. दोन-तीन बोचक्यांतच सारा संसार भरलेला. जरमनच्या फुटक्या चार-पाच थाटल्या, फाटक्या चिंध्या, फाटकी वाकळ एवढाच दरिद्री, लाचार संसार. तिथल्या प्रत्येकाच्या संसाराची हीच अवस्था होती. मोठं मोठं भस्कं पडलेलं पाल. त्या भस्क्यातून ऊन भैऱ्याच्या अंगावर येत होतं. मनात नसतानाही राहीनं तान्ह्या पुरीला फाटक्या लुगड्याच्या झोळीत घातलं. ती झोळी पाठीशी बांधली, हातात जरमनचं फुटकं भगुलं घेतलं, आणि गावात भीक मागायला निघाली. जाता जाता गिरज्याला म्हणाली,

"त्वा... नीट ध्यान दी तुज्या बाकडं.. त्येनांस्नी लय ताप आला तर... पाण्याची पट्टी ठीव कपाळावर त्येंच्या... न्हायतर मला सांगाला यी लगीच... म्या हाय गावातच..."

पालापासून पुढं जात असतानाच मागं वळून ती म्हणाली,

"पाल सुडून जाव नगंस..."

पाच वर्षाचा गिरज्या बापाकडं बघत त्याच्याशेजारी बसला.

पाठीवर तान्हं मूलं, हातात भगुलं घेऊन राही आपल्याच विचारात रस्ता तुडवत होती. त्येनांस्नी जर जास्त झालं तर काय करायचं? गिरज्या यील का आपणाला सांगाला? थोडं फार भाकरीचं तुकडं मिळालं तर आपणाला लगीच म्हागारी येता यील. विचाराच्या वावटळीत भरकटत ती गावात आली. एका गल्लीत शिरली. उघड्या घरासमोरं उभं राहून म्हणू लागली,

"दोन दिस झालं... पोटाला काय न्हाय... लेकरं उपाशीच हायती. वायशी भाकरं दि गं बाय..."

घरातून एक बाई रागातच बाहेर आली. तिनं राहीकडं तिरस्कारानं बघितलं

आणि म्हणाली,

"तुमास्नी हिचं गाव... दिसलं व्हय... किती जणी आलाय... गं... जा... जा... म्होरं व्हू..."

राही गयावया करू लागली. "आसं म्हणू... नगू गं बाय.. ही पयलंच घर हाय... आशी खट लावू नग गं माय.. वायशी भाकर वाड गं बायऽऽऽ..."

ती बाई उंबऱ्यावरनं खाली आली आणि तिच्या अंगावर खेकसत म्हणाली,

"आता जात्यायाच काय न्हाय...? हितं हुबा ऱ्हावून... काय काय हाय ते बगा लागल्याच... व्हयं...?"

राहीनं बरीच विनवणी केली. पण त्या बाईनं काहीसुद्धा दिलं नाही. चार शिव्या मात्र तिला ऐकून घ्याव्या लागल्या. ती प्रत्येक घरासमोर जाऊन आपल्या लाचारीचं प्रदर्शन करीत होती. कोणी एखादा दुसरा भाकरीचा तुकडा तिच्या हातातल्या भगुल्यात टाकत होता, तर कोणी शिव्या देऊनच पुढं हाकलत होतं. तिच्या अंगावरील लुगडं ठिकठिकाणी फाटलं होतं. त्या फाटक्या लुगड्यातून तिचं शरीर दिसत होतं. डोक्यावरील केसांचं टोपलं झालं होतं. पाठीवरच्या फाटक्या झोळीतून केविलवाणा चेहरा करून ते लहान मूल बघत होतं. ती एक एक घर मागत गावातून फिरत होती.

तिच्यासारख्याच त्यांच्यातील काही बायका गावात मागत होत्या. काही लहान मुलं हातात ताटल्या घेऊन फिरत होती. राहीचं मन पालात नवऱ्याभोवती घुटमळत होतं. त्येंचा ताप कमी झालाय का न्हाय कुणाला ठावं...? या विचारानं ती अस्वस्थ होत होती. मागत मागत ती एका घरासमोर आली.

"भाकर वाड गं मायऽऽऽ...." म्हणून दारात थांबली. बराच वेळ झालं कोणीच बाहेर येईना... ती मोठ्यानं त्येच वाक्य परत परत म्हणू लागली. एक मुलगा घरातून बाहेर आला. त्यानं भाकरीचा तुकडा तिच्याजवळच्या भगुल्यात टाकला. ती पुढं निघाली. ती चाललेली बघून मुलगा घरात गेला. थोडं पुढं गेल्यानंतर घरापासून थोड्या अंतरावर लहान मुलाचा शर्ट पडलेला तिला दिसला. त्या शर्टाकडं बघून ती विचार करू लागली. आंगरखा फाटलाया म्हणून कुणी टाकला आशील काय...? लय फाटून चिंध्या झाल्या नसल्या तर शिवून आपल्या गिरज्याला घालाला यील. उगडंच फिरतंय लिकरू. त्येचा बाप बी हातरुणाला पडून हाय. कुठलं मिळाचं लेकराला कापाड...?

ती शर्ट उचलण्यासाठी खाली वाकली. शर्ट हातात घेतला. तेवढ्यात त्या घरातील बाई बाहेर आली. राही शर्ट उचलत असलेलं त्या बाईनं बघितलं. मोठ्यानं ओरडत ती म्हणाली,

"काय... गऽऽऽ... येऽऽऽ... ठिव... ठिव... ती कापाडऽऽऽ... कापडं चोरा

लागल्यायाच व्हयं...? तर मला संशय आला व्हुताच... म्हणून म्या बाहीर आली...''

ती बाई घरात बघत म्हणाली,

''आवं... आवं... या... या... ही बाय कापडं चोरा लागल्याय... आणिक काय काय... चोरलया कुणाला ठावं...?''

तिचा दंगा, ओरडा ऐकून तिचा नवरा बाहेर आला. जवळपासच्या घराघरातली माणसं जमा झाली. काय झालं...? काय झालं...? म्हणत प्रत्येकजण तेथे गर्दी करू लागला. राहीला काय करावं ते सुचेना. ती घाबरली. भेदरलेल्या नजरेनं जमलेल्या माणसांकडं बघू लागली. ती इकडे तिकडे बघत असतानाच त्या घरमालकानं फाडकन् तिच्या थोबाडीत मारली. तावातावानं तिच्या अंगावर जात तो म्हणाला,

''काय... काय... चोरलंच सांग... न्हाय तर... तुला हितनं सोडतच न्हाय...''

राहीच्या हातातलं भाकरीचं भगुलं खाली पडलं होतं. त्यातील भाकरीचं तुकडं इकडं तिकडं विखरून पडलं. जमलेली माणसं त्या भाकरीच्या तुकड्याला तुडवतच गर्दी करू लागली. जमलेल्या माणसांकडं आशेनं बघत, रडत रडतच राही म्हणू लागली.

''म्या चुरी किली न्हाय रे दादा... ह्या लेकराची शपत म्या चुरी किली न्हाय...''

तिनं त्या माणसाच्या पायावर डोकं ठेवलं आणि म्हणाली,

''तुज्या पाया पडती... मला मारू नगं... ही कपडा हितं पडला व्हुता... म्हणून म्या...''

पुढचं बोलण्या अगोदरच पाठीमागून कोणीतरी चप्पल फेकून तिला मारली. राही मोठमोठ्यानं रडू लागली. त्या माणसांच्या घोळक्यातील कोणीतरी एकजण म्हणाला,

''ही जात पारद्याची हाय.. आसं खरं सांगाची न्हाय... तिला चावडीत घीवून चला... मग आपुणच सांगिल...''

राहीनं मार चुकवण्यासाठी पाठीवरचं मूल सोडून हातात धरलं होतं. हातात मूल घेऊन रडत रडत जमलेल्या लोकांसमोर दयेची भीक मागू लागली. तिथल्या प्रत्येक माणसाकडं बघून ती काकुळतीनं सांगत होती...

''म्या... काय सुदीक केलं न्हाय... पडला... आशील म्हणून... कपडा उचलला...''

परंतु तिचं कोणीच ऐकून घेत नव्हते. हिनं चोरीच केली आहे असं समजून जो तो तिला मारत होता. राही विव्हळत होती. तान्ह्या मुलीला जमलेल्या लोकांच्या पायावर घालत होती. कोणी म्हणत होता,

“हिला... चावडीवर बसवून ठिवा... आणिक समदीजण त्येंच्या पालावर चला... कुणाचं काय काय चोरलंय... ते येकदा बगाला पायजी...”

तिथला प्रत्येकजण आपल्या आपल्या तर्कानुसार बोलत होता. त्याच गल्लीत मागत असलेल्या पारध्याच्या एका पोरानं, लांबूनच राहीला मारत असलेलं बघितलं. तसा तो गावात मागण्यासाठी आलेल्या पोरांना, बायकांना सांगत पालांकडं पळू लागला. ती वार्ता ऐकल्या ऐकल्या पारध्याच्या बायका, मुलं मागायचं बंद करून पालाच्या दिशेनं धावायला लागली. गावाच्या कडेला असलेली माणसं पळणाऱ्या, बायकांकडं, मुलांकडं आश्चर्याने बघायला लागली. पारध्यांच्या पालावरच काय तर झालं असेल म्हणून, माणसं फक्त बघत होती. त्यातील काही उत्साही माणसं पारध्यांच्या पालांकडं जात होती. पळता पळता त्या बायकांच्या मुलांच्या भगुल्यातील, ताटातील भाकरीचं तुकडं रस्त्यावर पडू लागलं. ती लोकं आपला जीव वाचविण्यासाठी धावत होती. धावत धावत बायका मुलं पालावर पोहोचली.

कमलापूर हे तसं मध्यम स्वरूपाचं गाव. गावापासून पूर्वेला साधारण तीन-चार फर्लांगावर बराच मोठा मोकळा माळ. त्या माळालाच गायरान म्हणून ओळखलं जात होतं. जनावरांना चरण्यासाठी, बीन भिकाऱ्यांना राहण्यासाठी त्या माळाचा उपयोग होत असे. त्याच माळावर गेल्या दोन दिवसांपासून फासेपारधी जमातीची पालं पडली होती. फासेपारध्यांची सात-आठ कुटुंब आपला फाटका संसार, पोत्यांच्या फाटक्या पालात कोंबून, हाता-तोंडाची गाठ पडण्यासाठी मागायला, शिकारीला गेली होती. काही बायका, माणसं मागून, शिकारीनं येऊन नुकतीच बसली होती. शिकारीला गेलेल्या माणसांपैकी काहींना होलं, भूर्ल्या, तर काहींना पारवं, लाव्ह, तितर असे पक्षी सापडले होते. तर काही माणसं घोड्यांच्या शेपटीच्या आणि आयाळीच्या (मानेवरील केस) केसांच्यापासून तयार केलेले फास घेऊन, रानातून, ओढ्यातून भटकत होती. काही जण बायकापोरांनी मागून आणलेलं भाकरीचं तुकडं खात खात सापडलेलं पक्षी, गावात जाऊन येईल त्या किमतीला, नाहीतर थोड्याफार धान्याला विकण्याचा विचार करत होते. दिवसा उजेडाचं गावात जाऊन पक्षी विकून यावे म्हणून पुरुष माणसं गडबड करीत होती.

गावात मागायला गेलेल्या बायका, मुलं धावतच पालावर आली. भीतीने आणि पळल्याने त्यांच्या तोंडावरून घामाच्या धारा लागल्या होत्या. बायका, मुलं पळत आलेली बघून यंका पालातून बाहेर आला. त्याची दुसरी बायकू घामाजलेल्या चेहऱ्यानं ऊर बडवत म्हणाली,

“लय... वायीट झालं... ऱ्हायीला गावातली लोकं धरून मारा लागल्याती...”

ते ऐकून यंक्याचा चेहरा काळा पडला. भीतीनं अंगावर काटा उभा राहिला. कोणी खात असलेलं भाकरीचं तुकडं तिथंच टाकलं. कोणी विक्रीसाठी गावात घेऊन जात असलेला पक्ष्यांचा पिंजरा पालात ठेवला. राहीला गावातली माणसं मारत आहेत, हे ऐकून तापानं, अशक्तपणानं जर्जर झालेला भैऱ्या उठला. पालाच्या मेढीला धरून तो उभा राहिला. गावात जावावं या विचारानं उठलेल्या भैऱ्याचा तेथून पाय उचलेना. विचाराने त्याच्या पायात साखळदंडच घातले.

आपण गावात गेलो तर... गाव आपणाला सोडणार नाही. तिच्याबरोबर आपणालाही ती माणसं मारतील. अशा परिस्थितीत मार सहन करण्याची ताकत आपल्या अंगात कुठे आहे? त्याचं डोकं बधीर झालं. आपली बायकू मार खात असताना आपण काही करू शकत नाही या विचाराने तर त्याची अस्वस्थता जास्तच वाढायला लागली. आईला माणसं मारायला लागलेत हे ऐकून गिरज्या रडायला लागला.

यंक्या पारधी हा त्या सात-आठ कुटुंबाच्या टोळीचा प्रमुख. त्याच्या डोक्यावरचे केस भलतेच वाढले होते. डोस्क्याचं क्यास कापाच न्हायीत असा आपल्या जातीचा नेम हाय. आणिक त्यो सगळ्यांनीच पाळला पाहिजे असं तो वारंवार आपल्या लोकांना सांगत होता. त्यानं कधीच आपल्या केसांला कात्री लावली नव्हती. मुळातच आडदांड शरीराचा यंक्या केस भलतेच वाढल्यानं जास्तच उग्र दिसत होता. परंतु आता त्याचा उग्र, करारी चेहरा चिंतेनं ग्रासला होता. कोणत्याही क्षणी, गावातील लोक पालावर येतील आणि इथल्या सर्वांनाच जनावरांसारखं बडवतील याची त्याला जाणीव होती.

यंक्या ओरडून सगळयांना सांगू लागला.

"चला... समदी गडी माणसं... पळा... जीव... वाचवा... आता गावातली माणसं... पालावर येत्याली..."

प्रत्येक पालासमोर जात तो म्हणत होता.

"काय... झालंय... ती कळत न्हाय... पर... गाव आपलं आयकून घ्याचा न्हाय... पयलंच आपलं कानफाट्या नाव... पडलंय.... जलमच आपला आसा हाय... आपुण जीव तुडून सांगितलं तर बी... लोकास्नी खरं वाटाच न्हाय..."

तो इतका भरभर बोलत होता की, माणसं पालातनं उठून बाहेर येतपर्यंत त्यानं बऱ्याच सूचना केल्या. आपण स्वत: पालापासून लांब जात तो म्हणाला,

"वड्यातनं... वगळीतनं... उसातनं... लपा... न्हायी आल्यावर... रातच्याला बायका बिऱ्हाड घिवून... आपण गिलू त्या बाजूला येत्याल्या... आपुण वाटत कुटंतर गाटू... आणिक रानातनं येणारा गडी दिसला तर... त्येला रानातच आडवा..."

असं म्हणून बघता बघता तो दिसेनासा झाला. बऱ्याच लोकांनी रान जवळ केलं होतं. हा प्रसंग त्यांना काही नवीन नव्हता. भैऱ्या मात्र विचित्र स्थितीत अडकला होता. काय करावं? हे त्याला ठरविता येत नव्हतं. त्याच्या डोळ्यांसमोर सारखा राहीचा चेहरा येत होता. लाचार, दीन, याचना करीत असलेला. त्याचबरोबर आपण गावात गेलो तर काय होईल? ह्याचा विचारही त्याला भंडावून सोडत होता. तो तसाच उभा असलेला बघून यंक्याची बायकू गडबडीनं म्हणाली,

"आरं... भयऱ्या... तुला का... मराचं हाय काय...? जा पळ..."

अगतिक होऊन भैऱ्या म्हणाला,

"काय करावं...? तिला लय मारत... असत्याली... आता पातूर तिचं.. कसं झालंया कुणाला ठावं...?"

यंक्याच्या दोन्ही बायकांनी आणि त्या इतर कुटुंबातली सर्वच बायकांनी डोळं मोठं करून भैऱ्याकडं बघितलं. यंक्याची दुसरी बायकू म्हणाली,

"मग काय... त्वा गावात जावून... मरुस्तवर मार खाणार हायीच... त्वा मार खाचील ती खाचील. समद्या गावातल्या चोऱ्या ती माणसं आपल्यावर घालत्याली... कवा बी झाल्याल्या चोऱ्याचं धनी आपुण व्हुन बसाचं... व्हुईल... बाय... माणूस हाय.. म्हणून... तिला लय माराची तर न्हायती...त्वा पळ..."

भैऱ्याचा नाइलाज झाला.

तापानं फणफणत असलेला, भैऱ्या असहाय्यतेनं, अगतिकतेनं इतर पारधी गेले त्या दिशेनं पळू लागला. अशक्तपणामुळे चक्कर येऊन, पळता पळता पडत होता. जीव वाचविण्यासाठी तसाच धडपडून उठत होता आणि पळत होता. राहीचं काय झालं असेल? लहान मुलीचं काय झालं? तिला किती मारलं असेल? अशा विविध प्रश्नांच्या गुंत्यातच तो ठेचकाळत, ठोकरत होता. गिरज्या रडत रडत एकवेळा बाप गेला त्या दिशेला तर एकवेळा गावाकडं बघत होता.

राहीला चावडीत आणून बसविलं होतं. बऱ्याच लोकांची चावडीसमोर गर्दी जमली होती. राही तिथल्या लोकांना विनवत होती. सरपंच तिथं आला होता. गावातील लोकांना आणि सरपंचालाही पारधी कुठे राहिले आहेत ते माहीत होतं. सरपंचानं बऱ्याच धमक्या दिऊन राहीला विचारलं होतं. पोलिसांच्या ताब्यात देण्याची भीतीही घातली. परंतु ती हात जोडत परत परत म्हणत होती.

"म्या काय सुदीक... चोरलं न्हाय..."

तिच्या बोलण्यावर लोकांचा विश्वास बसत नव्हता. आपुण किती बी जीव तुडून सांगितलं तरी सुदीक ही माणसं, त्येच्यावर इस्वास ठिवत न्हायती, त्यापरास गप्प बसावं आणि येणाऱ्या प्रसंगाला त्वांड द्येवावं असा तिनं विचार केला. तान्ह्या मुलीला मांडीवर घेऊन, डोळ्यांतनं पाणी टाकत ती बसून राहिली,

ती काय खरं सांगत नाही असं समजून, तिथं जमलेल्या माणसांना उद्देशून करड्या आवाजात सरपंच म्हणाला,

''चला रं... त्येंच्या... पालावर... ह्येनास्नी चुरी करू... वाटत्याया व्हय...?''

त्यानं तिरस्कारानं भरलेल्या नजरेनं राहीकडं बघितलं आणि कोतवालाकडं वळून बघत म्हणाला,

''आमी... म्हागारी... यीवपातूर... ह्या बायला... हितनं... जावं दिवू नगा...''

तिथं जमलेल्या माणसांतील दोन-तीन तरुणांकडं हात करून म्हणाला,

''तुमी... तिगं जण... हिला राकत बसा...''

असं म्हणून सरपंच चावडीतून बाहेर आला. ''चला रं चला...'' म्हणून जमलेल्या माणसानं गलका केला. त्या दोघा-तिघा तरुणांना पालावर जाऊन दंगा करण्याची संधी मिळाली नाही ह्याचं दु:ख झालं होतं. ते तिघंजण आणि कोतवाल चावडीच्या कट्ट्यावर राहीकडं बघत बसून राहिले.

गावातील बरीच माणसं पारध्यांच्या पालाकडं निघाली. काही लोकांनी हातात काठ्या घेतल्या होत्या. पालांकडं जाणाऱ्यांपैकी त्या बाईनं काय केलंय? हे एकालाही माहीत नव्हतं. ती पारध्याची आहे हे मात्र सर्वांनाच ठाऊक होतं. माणसांचा लोंढा पारध्यांच्या पालांजवळ आला. काही तरुण भराभर पुढं जात होते. पालांतील तरुण पोरं, पुरुष माणसं अगोदरच पळून गेली होती. बायका आणि लहान मुलं घाबरून आपापल्या पालात बसली होती.. ''हाणा...! मारा...!'' असा आरडाओरडा सुरू झाला. लहान मुलं भीतीनं आपापल्या आयांना चिटकून बसली. सरपंच लांबूनच कडाडला.

''येऽऽऽ... पारद्यानू... बाहीर या... चुरी करून... दडून बसताय व्हय रं... भडव्यानू...''

कोणीच पालातून बाहेर येत नाही असं बघून, माणसं जास्तच चिडली. कोणीतरी म्हणाला,

''ही... जात... आसं भाईर... याची न्हाय... ये पोरानो इस्काटा पालं...''

आदेशाची वाट बघत थांबल्यासारखी पोरं लगेच पुढं झाली. त्यांनी पालांवर झडप घातली. फाटक्या पालांचा संसार बघता बघता मोडून पडला. ''भाईर या'' ''कुठं हाय...?'' अशा आवाजाने तो माळ हादरला. पारध्यांच्या बायका तान्ही मुलं हातात धरून, पटापटा बाहेर पडल्या होत्या. मारण्यासाठी पोरांचे, माणसांचे हात शिवशिवत होते. परंतु त्यांना एक सुद्धा पुरुष, तरुण दिसत नव्हता. पारध्यांच्या बायका, पोरं मोठमोठयानं रडत होती. त्या माळावर हाहाकार माजला. आपली तान्ही पोरं त्या गावातल्या माणसांच्या आडवी टाकत पारध्यांच्या बायका म्हणत होत्या,

"न्हाय रं दादा... हितं... आमचं गडी माणूस... कोण सुदीक... न्हाय... समदी शिकारीला गेल्याती... आमाला काय सुदीक ठावं न्हाय..."

माणसांच्या गर्दीला रेटत सरपंच पुढं आला आणि म्हणाला,

"त्या... चुरी केल्याल्या... बायचा न्हवरा... कुठं हाय..त्येलाच बांदून घालतू... मग तर ती बाय खरं सांगील... का न्हाय...?"

यंक्याच्या पहिल्या बायकूनं, शिरमीनं आपल्या हातातलं तान्हं लिकरू सरपंचाच्या पायावर घातलं. दोन्ही हात जोडून ती म्हणाली,

"त्यो शिकारीला गेलाया... आजून कोणच आलं न्हाय... आम्ही काय गुन्या केला नाय... आमची झडती घ्या..."

तोपर्यंत जमलेल्या माणसांनी त्याचा संसार विखरून टाकला. फाटक्या चिंध्या, फुटकी भांडी, आणि फासे, काही पक्षी जे सकाळीच धरून आणले होते, याशिवाय तिथं दुसरं काहीच नव्हतं. शंकाभरल्या आवाजात सरपंच म्हणाला,

"तुमी... काय तर... चालबाजी किली आसल. येक सुदीक माणूस हितं न्हाय... पर तुमी जाताया कुठं... उद्याच्याला... सकाळी तर घावत्याली की..."

नंतर तो जमलेल्या माणसांना उद्देशून म्हणाला.

"चला रं... ह्यांची गडीमाणसं आल्यावर यीवू..."

असं म्हणून तो माघारी चालू लागला. त्याच्याबरोबर आलेली माणसं परत निघाली. जाताजाताच कोणी हातातील काठीनं, त्यांच्या संसारातील एखादं भांडं ठोकरलं तर कोणी चिंध्याचं बोचकं ठोकरलं. पारध्यांच्या बायका विखुरलेला संसार एकत्र करू लागल्या. जवळच चरण्यासाठी सोडलेल्या गायी माणसांच्या दंग्यानं, ओरडण्यानं लांब गेल्या होत्या. त्या बायका गाया कुठं गेल्या? हे बघण्यासाठी लहान मुलं तिथंच ठेवून निघाल्या. रात्र होत आली होती.

राही पाठीवर तान्ह्या मुलीला घेऊन, एक एक पाऊल उचलत तळाकडं येत होती. दिवसभर रडून रडून तिचा चेहरा सुकला होता. अंगावर ठिकठिकाणी मारलेलं वळ उठलं होतं. ती आपल्या विस्कटलेल्या संसाराजवळ आली. ती आलेली बघून गिरज्यानं तिच्या गळ्याला मिठी घातली. गिरज्याला छातीशी कवटाळून तिनं रडून घेतलं. बाकीच्या बायका गायी घेऊन आल्या. गिरज्या रडत रडत विचारत होता.

"आयंऽऽऽ... तुला लयं मारलं व्हय...?"

ती त्याच्या डोक्यावरून हात फिरवीत आपल्याच विचारात बसली होती. डोंगऱ्या पारध्याची बायकू तिच्याजवळ आली. तिनं तिला विचारलं,

"काय झालं गं...? काय केलंच त्वा...?"

तोपर्यंत त्या सात-आठ कुटुंबातील तेरा-चौदा बायका, लहान मुलं तिच्या

भोवतीनं जमली. रडत रडत राहीनं घडलेला प्रकार सांगितला. त्या बायकांना तो अनुभव अनेक वेळा आला होता. शिरमी म्हणाली,

"ह्या लोकांस्नी... आमची जातच... दिसत्याया... आमच्यापाशी काय हाय... काय न्हाय... ते दिसत न्हाय... आमी... चिंद्या पांगरूनच जलमतुया आणिक चिंद्या पांगरूनच मरतुया..."

बायका आपापला संसार साठवायला लागल्या. डोंगऱ्याची बायकू शिरसी म्हणाली,

"रोजचा दिस कसा घालवाचा ह्येची... चिंता आमास्नी आसत्याया... च्यार घरं मागून... प्वाट जाळावं म्हटलं... तरीबी आमाला शिव्या... मार...हायीच... बापय माणसानं रानातनं... पळाचं... आणिक आमी लोकासनीच्या हातापाया पडाचं... हिच नशिबाला... लागलंय..."

रात्र आपल्या गतीनं वाढत होती. विस्कटून टाकलेल्या एक एक वस्तू बायका गोळा करू लागल्या. राम्या पारध्याची बायकू म्हणाली,

"काय करताया...? ह्या जातीत जलमाला आलू... त्येच गुन्या केलाया... चुरी करून बी चोरच... न करून बी चोरच... चांगल्या माणसासारकं... ही लोकं आपणास्नी... जगू देत न्हायती..."

पिंजऱ्यातलं एक पाखरू चिर्रऽऽऽ चिर्रऽऽऽ चिरकलं. त्याचा आवाज त्या माळावर भयावह वाटला.

राही मांडीवर तान्ह्या मुलीला घेऊन, आपल्याच विचारात स्वत:ला विसरून गेली होती. तिला ओझं साठविण्याचं भान नव्हतं. आई अशी का बसलीय हे गिरज्याला समजत नव्हतं. तिनं इकडं तिकडं बघितलं. मांडीवरील तान्ही मुलगी खाली झोपविली. तिच्या चेहऱ्यावर दृढ निश्चय दिसत होता. डोळ्यांत चमक दिसत होती. ती गिरज्याला म्हणाली.

"त्वा... पुरीकडं... ध्यान ठिवं... म्या लगीच आली..."

असं म्हणून ती उठली. उठताना मारलेल्या ठिकाणाच्या वेदना तिला असह्य झाल्या. नकळत तिच्या तोंडातून "आयंऽऽऽ गंऽऽऽ" हा शब्द बाहेर पडला. ती तडक गावाच्या रस्त्यानं निघाली. ठाम निर्धारानं तिची पावलं भराभर पडत होती.

पारध्यांच्या बायकांनी ओझी साठविली. गायीवर लादली. एवढ्यात डोक्यावर कोंबड्याचं खुराडं घेऊन, राही तळावर आली. भराभर तिनं ओझं साठविलं. गायीवर लादलं आणि इतर माणसांच्या बरोबर मुलांना गायीवर बसवून गाय ओढली...! अंधारातच त्यांचा प्रवास सुरू झाला.

■

धंदा

रात्र झाली होती, भानुदास घरच्या ओढीनं झपाझप पावलं उचलत होता. कुपवाड गावापासून मैल-दीड मैल अंतरावर असलेल्या तांड्याजवळ तो आला. वीस-बावीस कुटुंबाच्या तांड्यामध्ये माणसांची तुरळक वर्दळ दिसत होती. दररोज रात्री कुपवाड, तानंग, सावळी आणि आसपासच्या वाड्या-वस्त्यांमधील माणसं तांड्यावर गर्दी करीत असत. प्रत्येक खोपटासमोर चार-पाच, चार-पाच माणसं दारू पिऊन बडबडत, बरळत असलेली दिसत. पण आज एखाद दुसराच माणूस दारू पिऊन बरळत, भेलकांडत जात असलेला त्याला दिसत होता. रात्रीच्या काळोखात नित्य येणारे ग्राहकही त्याला ओळखता येत नव्हते. एखादा ओळखीचा माणूस त्याला बघून भेलकांडत, हातवारे करीत म्हणत होता.

"कायऽऽऽ... भाऽऽऽनुऽऽऽ... आताऽऽऽ... आलाचऽऽऽ... व्हय...?"

म्हणतच तो भराभर चालत होता. रात्री गजबजणाऱ्या तांड्यामध्ये आज शांतता कशी? या विचाराने त्याच्या मनामध्ये शंकेची पाल चुकचुकली. तो तांड्याजवळ आला. वसंताच्या खोपटासमोर दोघे जण हातात काचेचे ग्लास धरून झिंगत होते. एक जण ग्लास वसंतसमोर धरून झिंगतच म्हणाला,

"वस्याऽऽऽ... आयलाऽऽऽ धरूनशानऽऽऽ... च्यार ग्लास मारलंऽऽऽ... पर आजूनऽऽऽ ताऽऽऽ रऽऽऽ... आली न्हायऽऽऽ... आरऽऽऽ... हीऽऽऽ दारू हायऽऽऽ का नुस्तं पाणी हायऽऽऽ आंऽऽऽ..."

लगेच दुसरा माणूस आपला ग्लास पुढं करून मानेला झटका देत म्हणाला,

"हीऽऽऽ... कंज्यारऽऽऽ... भाटंऽऽऽ पाणी मिसळूनऽऽऽ पैसं कराऽऽऽ... लागल्यातीऽऽऽ...

वसंताच्या कपाळावर आठ्या पडल्या. त्याचे बोलणे ऐकून भानुदासने चालण्याची गती कमी केली. काही तरी बोलण्यासाठी वसंतने तोंड उघडले.

पण ओठावर आलेले शब्द त्याने परत गिळले. हातभट्टीच्या दारूने निम्मी-अर्धी भरलेली बाटली त्यांच्या ग्लासमध्ये ओतीत तो म्हणाला.

"त्येचं काय हाय शिरपा... आज पुलिसाची रेड पडली. तवा लावल्याली भट्टी तशीच निम्मी आरदी... काडाला लागली. न्हायतर समदंच पालतं झालं असतं. म्हणूनशिना आज माल कडक निगाला न्हाय..."

दोन-तीन घोटांतच ग्लासमधील दारू संपवून पालथ्या मुठीनं तोंड पुसत शिरपा म्हणाला.

"आयला... आसंऽऽऽ हाय व्हयऽऽऽ? पुलिस ठेसान म्हंजीऽऽऽ... लेकाऽऽऽ तुमची सासुरवाडीच कीऽऽऽ..."

असं म्हणून ते दोघेजण मोठ्याने हसायला लागले. त्यांच्या बोलण्यामधील छापा पडल्याचे ऐकून भानुदासला शंकेने घेरले. तो पावलांना गती देत खोपटासमोर आला. खोपटात हालचाल जाणवत नव्हती. त्याने गडबडीने पायातील चपला काढल्या आणि आत शिरला. धुर्पी खाली मान घालून डोळ्यांतून पाणी टाकत होती. लहान दोन्ही मुलं एका बाजूला पडली होती. रडत रडतच ती मुलं झोपी गेली होती. त्यांच्या डोळ्यातील पाणी गालावरच सुकले होते. लक्ष्मी कोठे दिसत नव्हती. घाबरतच त्याने बायकोला विचारले,

"का... काय झालं गंऽऽऽ?"

ती हुंदके देऊन रडू लागली. तशी भानुदासाची अस्वस्थता जास्त वाढू लागली. खोल गेलेल्या आवाजात तो म्हणाला,

"कायऽऽऽ... झालं ती सांगचील का न्हायऽऽऽ...?"

तिने लुगड्याच्या पदराने डोळे पुसले. भरल्या गळ्याने ती सांगू लागली.

"म्या आणिक लक्ष्मी... भट्टी लावासाठी वड्याकडं चाललूऽऽऽ... व्हतु..."

बोलता बोलता ती स्वत:ला हरवून गेली. काही तासांपूर्वीच घडलेला प्रसंग तिच्या डोळ्यांसमोर तरळू लागला.

अठरा-एकोणीस वर्षांच्या लक्ष्मीने काळाकुळकुळीत झालेला पत्र्याचा डबा घेतला. त्या डब्यात सकाळी किराणामालाच्या दुकानातून आणलेला अर्धी ढेप काळा चिकट गूळ घातला. चार-पाच रिकाम्या मोठ्या बाटल्या डब्यात टाकल्या. एक झिरझिरीत कापड घेतलं. त्या कापडाची चुंबळ केली. तो डबा उचलून डोक्यावर घेत ती म्हणाली,

"आयेऽऽऽ... आवर की... चल..."

इकडे तिकडे शोधत असलेली धुर्पी म्हणाली,

"आगं... ती नवसागराची पुडी कुटं घावना..."

डोकीवरचा डबा खाली ठेवून लक्ष्मीनं खोपटातील एका कोपऱ्यात मळक्या

कापडात बांधलेली नवसागराची पुडी काढली. त्या पुडीमध्ये अर्धा किलो नवसागर होती. रात्रीपासून एका पातेल्यात भिजत घातलेली हिवराची साल धुर्पीने पातेल्यातून काढली. त्या पातेल्यातील हिवराच्या सालीचं गाडगंभर तांबूस पाणी तिनं दुसऱ्या एका पत्र्याच्या डब्यात ओतलं. एक रबरी नळी, पाच-सहा काचेचे लहान ग्लास आणि नवसागर असलेली पुडी या सर्व वस्तू एका पिशवीत भरल्या. हिवराच्या सालीचं तांबूस पाणी घातलेला डबा तिने उचलून डोक्यावर घेतला. हातात पिशवी घेतली. खोपटातून बाहेर पडत असताना नऊ वर्षाच्या सुरम्याला ती म्हणाली,

"बारक्या... पोरीवर ध्यान ठीव... आणिक दिस मावळायच्या येळंला त्यो फुगा घिऊन तिकडं यी... पोत्यात गुंडाळून आण त्यो फुगा... गिराईक आलं तर वायसं थांबा म्हणून सांग... मग त्वा आणिक म्या यीव म्हणं म्हागारी..."

सुरम्या म्हणाला,

"पर आयेऽऽऽ... म्या फुगा घिऊन तकडं येत्यालं बगून गावातली पोरं आणिक माणसं माज्याकडं बगून हासत्याती... म्या दारू आणतुया म्हणून... माजी थट्टा करत्याती... माज्या आंगावरची फाटकी कापडं बगून... म्या घाबरत्यालं बगून... मला चिडवत्याती..."

धुर्पीने व्याकुळ नजरेने त्याच्या भाबड्या चेहऱ्याकडे बघितलं. फाटक्या तुटक्या कपड्यातील सुरम्याकडे बघून तिला भडभडून आलं. ती समजुतीच्या स्वरात म्हणाली,

"बाबा... आपला धंदाच तसला हाय... त्या लोकास्नी काय म्हायीत... आमचं आतडं कसं जळतंया ती... बरं त्वा यी.. त्या शिरमीची भट्टी लागली आसल..."

असं म्हणतच ती भराभर चालू लागली. तिच्या मागोमाग लक्षी हातात जरमनचा तांब्या आणि डोक्यावर पत्र्याचा डबा घेऊन चालत होती.

तांड्यापासून मैलभर अंतरावर असलेल्या ओढ्यावर त्या दोघी आल्या. ओढ्याच्या कडेला एका ठिकाणी सहा-सात करंजाची झाडं आणि बरीच झुडपं होती. तिथं त्यांची भट्टी लावायची जागा. त्याला लागूनच खालच्या बाजूला फर्लांगभर अंतरावर शिरमीची भट्टी होती. शिरमीने भट्टी लावली होती. तिने लावलेल्या भट्टीचा धूर ओढ्याच्या काठाने पसरला होता. तिने भट्टी लावलेली बघून धुर्पी म्हणाली,

"आगंऽऽऽ... लक्षेऽऽऽ... आटीप लवकर... ती जळाण आणून घाल चुलवाणात... पयलाच उशीर झालाया.... आल्यालं गिराईक म्हागारी जाईल..."

लक्षीने डोक्यावरील डबा खाली ठेवला. जवळच ठेवलेल्या झाडाच्या

मुळ्या, वाळली लाकडं तिने गडबडीने उचलली. ती लाकडं चुलवणामध्ये टाकली. तोपर्यंत धुर्पीने चुलवाणाशेजारी करंजात लपवून ठेवलेलं काळंकुट्ट बॅरल काढलं. ओढ्यातील पाण्याने ते बॅरल धुतलं. या बॅरलमध्ये हिवराच्या सालीचं तांबूस पाणी घातलं. काळा चिकट गूळ त्यामध्ये टाकला. अर्धा किलो नवसागर टाकला. लक्षीने चुलवाणातली लाकडं पेटविली. त्या दोघी मायलेकींनी मिळून ते रसायन भरलेलं बॅरल चुलवाणावर ठेवलं. जवळच दररोज रसायन शिजविलेलं पाणी सांडून डबकं साचलं होतं. त्या डबक्यातीलच घाण पाणी लक्षीने पत्र्याच्या डब्यानं भरून बॅरलमध्ये ओतलं. रबरी नळीचं मोठं तोंड असलेलं टोक बॅरलमध्ये सोडलं आणि निमुळते टोक चुलवाणाजवळ ठेवलेल्या बाटलीमध्ये सोडलं. बॅरलवर झाकण घट्ट बसविलं.

सर्व व्यवस्थित झालं असल्याचं बघून धुर्पी करंजाच्या सावलीत बसली. कमरेला लावलेली पान तंबाखू असलेली पिशवी काढली. पानाचा विडा करीत करीत भट्टीकडे बघू लागली. लक्षी एका हाताने कपाळावरून तोंडावर ओघळणारा घाम पुसत पुसत चुलवाणामध्ये लाकडं घालू लागली. झाडांच्या ओल्या मुळ्या पेटता पेटत नव्हत्या. धुराने तिला गुदमरल्यासारखे होत होते. त्या ओढ्याच्या मैलभर परिसरामध्ये दोन्ही बाजूने बऱ्याच भट्ट्या लागलेल्या दिसत होत्या. तांड्यावरील वीस-बावीस कुटुंबांच्या साधारणपणे वीस भट्ट्या त्या ओढ्यावर चालू असल्याने ओढ्याच्या दोन दोन मैलाच्या परिसरात धुरकाटीच दिसत होती. सांगली, मिरज आणि भोवतीच्या खेड्यांमधील दारूच्या गुत्त्यांना येथूनच दारूचा पुरवठा होत असल्यामुळे या ठिकाणी भट्ट्यांची संख्या वाढली होती. धुपून धुपून चुलवाण धडाधडा पेटले. लक्षी आईशेजारी येऊन बसली. पानाची पिचकारी मारून धुर्पी म्हणाली,

"आता येवड्यात गुत्त्यातली पोरं येत्याल... त्येस्नी माल द्याला पायजी... लवकर ही भट्टी आली पायजी..."

असं म्हणतच ती उठली. चुलवाणाला जाळ घालू लागली. थोड्या वेळातच रसायन गदागदा उकळू लागलं. त्या रबरी नळीतून वाफेमुळे निर्माण झालेले पांढरे स्वच्छ थेंब त्या बाटलीमध्ये पडू लागले. हळूहळू त्या रसायनाच्या वाफेतून निर्माण झालेल्या थेंबाच्या रूपाने दारू बाटलीमध्ये जमा होऊ लागली. लक्षीने पत्र्याचा एक डबा ओढ्यातील पाण्याने धुतला. तो धुतलेला डबा दाट झुडपांच्यामध्ये ठेवला. तोपर्यंत बाटली भरली. रिकामी बाटली रबरी नळीखाली ठेवून भरलेली बाटली धुतलेल्या डब्यामध्ये तिने ओतली. दोन-तीन तासांमध्ये तीन-चार बाटल्या भरून झाल्या. त्या तीन-चार बाटल्या धुतलेल्या डब्यात ओतून राहिलेल्या तीनचतुर्थांश डब्यामध्ये पाणी भरले. एक डबा दारू तयार

करून ठेवली. कोणीतरी येत असल्याची चाहुल धुर्पीला लागली. तिने कान टवकारून आणि बारीक नजरेने इकडे तिकडे बघितले. दोन सायकली त्यांच्याच दिशेने येत असलेल्या तिला दिसल्या. ती तेथून उठत गडबडीने म्हणाली,

"आगं... कोणी तरी हिकडं येतंया..."

दोघीही झटकन करंजाच्या आडबाजूला जाऊन बसल्या. बारीक नजरेने त्या येणाऱ्या सायकलस्वारांच्याकडे बघू लागल्या. ते लांब असतानाच लक्षीने त्यांना ओळखलं. ती झाडापासून बाजूला येत म्हणाली,

"आयेऽऽऽ... ती पोरं... यंक्याच्या गुत्त्यामधली हायती... रोज येत्याती.. वाईट नजरनं बगत्याती मुडदी..."

धुर्पी तिला समजावीत म्हणाली,

"ही बघ... लक्षेऽऽऽ... आपुन हातावरच्या पोटाची माणसं... धंदा झाला तरच आपल्या आणिक लेकराबाळांस्नीच्या पोटाला अन्न मिळाचं.. हितं येणारी बारा नमुन्याची माणसं असत्याती... तवा... त्वा वायसं संबाळूनच बोलत जा..."

तोपर्यंत यंक्याच्या गुत्त्यामधील सत्या आणि दिलप्या पोत्यांमध्ये रबरी फुगे घेऊन आले. धुर्पीचं सर्वांत मोठं ग्राहक यंक्या होता. त्याचे तीन-चार गुत्ते सांगलीमध्ये होते. सत्या चेहऱ्यावर पसरट हास्य आणित लक्षीकडे चोरून बघत म्हणाला,

"काय मावशी... झाला का माल तयार...?"

हसत हसत धुर्पी म्हणाली,

"व्हय... व्हय... आज एक नंबर माल निगालाय..."

तारुण्याने फुललेल्या देखण्या लक्षीकडे बघत दिलप्या म्हणाला,

"माल तर कडक असणारच... मालकीनच एक नंबर असल्यावर... माल का असू नयेऽऽऽ..."

असं म्हणतच तो लोचट हसला. लक्षीचा जळफळाट झाला. जळजळत्या नजरेने तिने त्या दोघांकडे बघितलं. ती भडकून म्हणाली,

"माल घिऊन गप्प जावा... मालकानं सांगितल्याली कामं कराची सोडून न्हाय त्या फाजील चवकश्या कश्याला करा लागलाय..."

सत्या म्हणाला,

"आम्हाला काय तुमचाच तेवढा माल आहे असं समजू नका... कोणीही माल देईल.. पैसे मोजले का झाले... जास्त बोलायची गरज नाही..."

धुर्पी गडबडीने म्हणाली,

"जाव द्या वं... तिचं कश्याला मनावर घेताया... तिला आजून धंद्यातलं

काय कळतंया... ही घ्या तुमचा माल..''

असं म्हणतच तिने झुडपात लपवून ठेवलेले दोन डबे आणले. लक्षी खाली मान घालून उभी राहिली. त्या दोघांनी कुरकुरतच रबरी फुगे भरले. ते फुगे पोत्यात घालून सायकलीवर आडवे टाकले. प्रत्येक डब्याला पन्नास रुपये याप्रमाणे शंभर रुपये त्यांनी धुर्पीला दिले. जाता जाता दिलप्या म्हणाला,

''मावशी... तुझ्या फटाकडीला तोंड सांभाळून बोलायला शिकव... नाहीतर अवघड होईल...''

असं म्हणतच ते दोघे निघून गेले. रिकाम्या डब्यात भरलेली बाटली ओतीत धुर्पी म्हणाली,

''आगं... किती येळा सांगितलं... वायसं तोंडाला आवर घाल म्हणून... मुलकाची खट्याळ पोरं हायती.. त्या यंक्याला काय बी सांगत्याली आणिक आपला माल बंद करत्याली... दिसबर इकून शंबर रुपयं मिळाचं न्हायती... बोललं म्हणून काय आंगाला भोकं पडत्याती व्हय...? आमी हुबा जलम बुलून घेत... मनातल्या मनात कड गिळत काडलाय...''

ती बडबडत होती. लक्षी ऐकत उभी होती. तिला हा प्रकार काही नवीन नव्हता. दिवस मावळायला लागला तेवढ्यात सुरम्या तिथं आला. त्याने एका फाटक्या पोत्यात मोठा रबरी फुगा गुंडाळून आणला होता. फुगा आईकडे देत तो म्हणाला,

''आयेऽऽऽ... दोन-च्यार मानसं यीवून गिली... माल हाय का म्हणत हुती... बाबा आजून आला न्हाय... पुरगी रडा लागल्याया.. त्वा चल लगीच...''

धुर्पीने त्या डब्यामध्ये ओतलेली बाटलीभर दारू काढून फुग्यात भरली. त्यामध्ये तीनचार तांबे पाणी घातले. त्यांचं एक लहानसं गाठोडं करून सुरम्याच्या डोक्यावर दिलं. ती लक्षीला म्हणाली.

''त्वा थांब हितं... मिरजच्या गुत्त्यावरची दोन गिराईकं येत्याली... त्येनांस्नी देण्यापुरता माल काड... उगच कुणासंगट तर भांडत बसू नगस... म्या लगीच म्हागारी यीती... चल रंऽऽऽ...''

असं म्हणून ती निघाली. लक्षी म्हणाली,

''लगीच यी... दिस मावळा लागलाय.. तवर ह्या बाटल्या भरून ठिवती...''

''हां... हां... '' म्हणतच धुर्पी पाय उचलू लागली. जाता जाता मागं वळून सुरम्या म्हणाला,

''आक्का... आयं आल्यावर त्वा यी... भाकऱ्या कराच्या... हायत्या आणिक मला गिराईक कराला येत न्हाय...''

असं म्हणतच तो आईच्या मागे पळू लागला.

धुर्पी बोलता बोलता एकदम एकटक समोर बघत का थांबली म्हणून, भानुदास म्हणाला,

"आगं... म्होरं काय झालं...? त्वा आशी गप्प का...?"

त्याच्या प्रश्नाने ती भानावर आली. तिच्या डोळ्यांसमोरील प्रसंग नाहीसा झाला. ती सांगू लागली.

"म्या... माल ठिवून... म्हागारी जाताना... निम्म्या वाटतच... शिरमी आडवी आली... ती घाबरून पळत येत व्हुती... ती म्हणाली...

"पुलिसाची रेड पडली.. सात आठ पुलीस आलं व्हुतं म्हणं... भट्टी पाडलीऽऽऽ लक्षीला धरून न्हेलंऽऽऽ..."

तिच्या भावनेचा बांध फुटला. ती हुंदके देऊन रडू लागली. भानुदासचं डोकं सुन्न झालं. तो बसल्या जागेवरून उठत म्हणाला.

"म्या जाऊन यीतु... कुठल्या ठाण्याला न्हेलंया...?"

धुर्पी म्हणाली,

"म्या गिली व्हुती... मिरजला न्हेलंया... ठोकळे फौजदाराच्या पाया पडली... लय इनवण्या केल्या... पर काय आयकत न्हाय... त्यो म्हणत व्हुता... तांड्यावर-चंबी लोकं... दर म्हयन्याला हप्ता हितं आणून देत्याती... ती दुसरी भट्टी लावणारी लोकं म्हयन्याला... पाचशेरुपये देत्याती आणिक तुज्या न्हवऱ्यानं तीन म्हयनं झालं येक पयसा दिला न्हाय... वर दुसऱ्या लोकास्नी भडकावतुया... हप्ता दिवं नगा म्हणून सांगतुया... पुढारी झालाया तांड्याचा... दुसऱ्या कुणी पयसं दिलं न्हायती तर... येकदा पुलिस धाडला तर... लगीच ठाण्याला येत्याती... पर तुजा न्हवरा दोन येळा पुलिसांस्नी धाडून सुदीक आला न्हाय..."

भानुदासचा जबडा ताठर होऊ लागला. डोळे लालबुंद झाले. हाताच्या मुठी आवळल्या. धुर्पी सांगतच होती.

"म्या म्हणाली... मला आत ठिवा... पर.. माझ्या पुरीला सोडा... तर म्हणाला, 'ती मुद्दीमालासकट घावल्याया. तिला सोडाला येत न्हाय...' उद्या तुमाला लावून दी म्हणत व्हुता... तुमी आता जावून तर काय उपेग हाय...?"

भानुदासला काय करावं, ते सुचत नव्हतं. तो खोपटाच्या पालापाचोळ्यांकडे बघत उभा राहिला. त्याच्या डोक्यात विचाराने धुमाकूळ घातला होता. आता एवढ्या रात्री आपण जाऊन तरी काय करणार? जामीन कोठे मिळणार? जामिनासाठी पैसे तर कोठे आहेत? रात्रभर आपली मुलगी पोलिस स्टेशनमध्ये राहील. पोलिस आपल्यावरील राग तिच्यावर काढतील. तिला बेदम मारून आपल्यावर सूड उगवतील. तांड्यावर आपल्या मुलीची बदनामी होईल. कोणी काहीही म्हणतील. कोणाच्या तोंडाला हात लावता येणार नाही. उद्या लोकं

भलतंसलतं बोलू लागले तर तरण्याताठ्या मुलीच्या जीवनाचं काय होईल? विचारांचे असंख्य भुंगे त्याच्या डोक्यात घोंगावयाला लागले. विचार करून त्याचं डोकं जड झालं. विचारशक्ती क्षीण होऊ लागली. धुर्पी रडत रडत सांगत होती.

"त्या पुलिसांनी वडत न्हेताना... पुरीच्या अंगावरची कापडं फाटली व्हुती म्हणंऽऽऽ..." तिचे शब्द ऐकून भानुदासच्या काळजात कालवाकालव झाली. काही वेळापूर्वी अन्यायाच्या, अत्याचाराच्या विरोधात ताठर झालेला चेहरा अगतिक झाला. पेटलेले डोळे, परिस्थितीचे भान झाल्याने विझले. त्याच्या स्वाभिमानाचे, परिस्थितीने लचके तोडले. तो असहाय्य झाला. त्याला थकवा जाणवायला लागला. बसल्या जागीच तो आडवा झाला. अंत:करणात खळबळ माजली होती. काही केल्या डोळे मिटत नव्हते. एका बाजूला रडतच झोपी गेलेल्या मुलांना, धुर्पीने उचलून पुढ्यात घेतले आणि आपल्याच विचारात पडून राहिली.

भानुदासला विचारांनी हैराण केले होते. आपण कोणती चूक केली? स्वाभिमानाने जगण्याचा प्रयत्न केला. आपल्या जमातीमधील बांधवांना, आपल्यावर होणारा अन्याय, अत्याचाराची जाणीव करून दिली. हीच का आपली चूक. त्या ठोकळे फौजदाराच्या म्हणण्यानुसार वागलो नाही. आम्ही उपाशी राहून, मुलाबाळांच्या तोंडातील घास काढून त्या फौजदाराचे खिसे भरले नाहीत. त्यांनी पाठविलेल्या पोलिसांना पाच-पन्नास रुपये दिले नाहीत म्हणून हा प्रसंग आपल्यावर आला काय? जगण्यासाठी आम्ही हा व्यवसाय करतोय. येथील व्यवस्था, आमच्या हाताला दुसरा धंदा देत नाही. भरमसाट वाढणाऱ्या महागाईमध्ये रसायनाच्या, कच्च्या मालाच्या किमती दिवसेंदिवस वाढत आहेत. त्यामध्ये अशा ठोकळेसारख्या फौजदारांना हप्ते, त्यांच्या पोलिसांना हप्ते, यामुळे दररोजची मजुरीसुद्धा आम्हाला मिळत नाही. पोलिसांच्या लाठ्या आणि समाजाची अवहेलना सहन करून, आम्ही त्या खोपटामध्येच जगायचे आणि आमच्याकडून हप्ते घेऊन, आमच्या कमजोरीचा फायदा घेऊन पोलिस, फौजदार आणि पुढाऱ्यांनी बंगले बांधायचे. हा कुठला न्याय? हे जर मी माझ्या बांधवांना सांगितले तर त्यात काय बिघडले? हा धंदा बंद करून रोजगार करावा म्हटलं तर, आसपासच्या गावांमधून कंजारभाट म्हणून काम मिळत नाही. हप्ते खाणारे असले फौजदार धंदा बंद करू देत नाहीत. अशा कात्रीत आम्ही सापडलो आहोत. हे लोकांना सांगितले हीच का माझी चूक?

अशा असंख्य विचारांनी त्याला भंडावून सोडले होते. विचार त्याची पाठ सोडीत नव्हते. तो उठून बसला. तो उठल्याची चाहूल धुर्पीला लागली. ती हळू

आवाजात म्हणाली,

"का... उठलाया... वायसं झोपा.. असा इच्चार करून... व्हुयाचं ती काय टळणार हाय व्हय...?"

तो खिन्न आवाजात म्हणाला,

"झोपच लागत न्हाय..."

एवढंच बोलून तो गप्प झाला. बाहेर रातकिड्यांचा आवाज रात्रीची भेसूरता वाढवीत होता. तो विचारांच्या जाळ्यात धडपडत होता. त्यातून त्याला बाहेर पडता येत नव्हते. गावोगावी, शहरातून जरी पावलापावलावर दारूची दुकानं उघडली जातात. राजरोस दारूची विक्री केली जाते. त्यांना कोणी कात्रीत धरत नाही. त्यांच्या दुकानांवर छापा पडत नाही. आम्ही मात्र, वाडवडिलांपासून चालत आलेला पारंपरिक धंदा करून, मुलाबाळांच्या पोटाची खळगी भरण्याचा प्रयत्न करतोय तर, आमची नाडवणूक केली जातेय. आमच्या बायका मुलींना पोलिस स्टेशनमध्ये डांबलं जातंय. आम्ही गरीब आहोत म्हणूनच ना? गरिबांनी स्वाभिमानाने जगण्याचा काळच नाही हेच खरे. विचार करून त्याच्या डोक्याला झिणझिण्या आल्या. आपण काही काळ असाच विचार करीत राहिलो तर आपणाला वेड लागेल असे त्याला वाटू लागले.

कोंबड्याने बांग दिली. तो अंथरुणातून उठला. धुर्पी जागीच होती. उठून बसावे असे तिला वाटतच नव्हते. ती थकल्या स्वरात म्हणाली,

"आजून रात लय हाय.. कुठं चालल्याया... येवड्या रातीचं...?"

तो खोपटातून बाहेर पडत म्हणाला,

"कुठं न्हाय.. हाय हितंच... पडून... आंग दुकायला लागलंय..."

तो भुतासारखा इकडे तिकडे बघत उभा राहिला. पाखरं घरट्यातून बाहेर पडू लागली. रात्रीच्या कुशीत गडप झालेल्या तांड्याला जाग येऊ लागली. भानुदासने तोंडावरून पाणी फिरविले. आसपासच्या खोपटांतून माणसांची चाहूल जाणवू लागली. तो वसंताच्या खोपटासमोर गेला. त्याला बघून वसंत उठून बसला. घडलेला प्रकार रात्रीच सर्व तांड्याला समजला होता. त्या छाप्यामध्ये बऱ्याच जणांच्या भट्ट्यांचे नुकसान झाले होते. भानुदासच्या वागणुकीमुळे पोलिस आपले नुकसान करीत आहेत. उद्या आपणास धंदा बंद करावा लागेल. लेकरं-बाळं उपाशी मरतील. त्यापेक्षा फौजदाराचे ऐकलेले बरे, असे तांड्यावरील बहुतेक लोकांना वाटत होते. तुटक शब्दात वसंत म्हणाला,

"भानु... त्वा लय ताणू नगूस... आपुण उपलानी माणसं... त्यात ह्यो धंदा आसला... कालच त्वा... गावाला गेल्यावर... ठोकळे सायबांनी... त्या खांडकर आणिक... शेक पुलिसास्नी... सकाळच्यापारी तांड्यावर धाडलं व्हुतं... धंदा

व्हुईना... म्हणून म्या काल हप्ता दिला नव्हता.''

भानुदास त्याच्या शेजारीच फाटक्या वाकळवर बसला. शिरमी चुलीत काटक्या घालून चूल पेटवायला लागली. फाटक्यातुटक्या कपड्यातील त्याची तीन-चार मुलं इकडे तिकडे पडली होती. वसंत पुढे सांगत होता.

''त्यो... खांडकर म्हणाला, सायबांनी बुलीवलंय चल... येक तर पाचशे रुपयं घिऊन या... न्हायतर मला म्होरं घालून आणा... आसं त्येनांस्नी सांगितलं हुतं म्हणं... म्या मस्त जीव तुटून सांगितलं... आता पयसं न्हायती... लेकरं बाळं उपाशी हायती... तुमी सारख्या धाडी घाला लागलाय... म्हणून माल निगीना... आता तीनशे रुपयं घ्या.. म्होरच्या म्हयन्यात दितु... तर त्यो शेक पुलिस म्हणाला, तुला काय कर्ज दिलंया... गप्प पयसं दी... न्हायतर चल आमच्या बरुब्बर. त्वा त्या भान्याचं आयकून पैसं देत न्हायीच... व्हयं... बगतू तुमी कसा धंदा करताया ती...''

''कुटं धंदा बंद करावा... म्हणून उसनं पैसं काढून दिलं... त्वा वायसं जपून ऱ्हा...''

इतर वेळेला असं ऐकून भानुदासच्या धमन्यातील रक्त सळसळले असते. पण त्याच्या असहाय्यतेने रक्त गोठल्यासारखे थंड होते. थोडेफार पैसे वसंताकडून घेऊन जावे या विचाराने तो आला होता. रात्रभर झोप नसल्याने त्याचे डोळे चुरचुरत होते. केस विस्कटलेले, क्षयाने पिळून काढल्यासारखा त्याचा चेहरा दिसत होता. तो थकल्या मनाने तिथून उठला. निराश आवाजात वसंताला म्हणाला,

''तुजं खरं हाय... आपणास्नी आसंच लाचार कुतऱ्यासारकं जगाला पायजी...''

तो त्याच्या खोपटातून बाहर पडत असतानाच शिरमी म्हणाली,

''लक्षीचं काय झालं ती बगीतलं का?''

काळजावरून सुरी फिरवावी तसं त्याला झालं. भरल्या आवाजात तो म्हणाला,

''तकडंच जातुया...''

तो तेथून जड पावलाने निघाला. तांड्यामधील इतर लोकं त्यांच्याशी फारशा आपुलकीने बोलत नव्हती. आपण या लोकांच्यासाठी फौजदारांशी, पोलिसांशी विरोध केला आणि तीच लोकं आपल्यापासून दूर पळायला लागली आहेत या विचाराने त्याचे अंत:करण आक्रोशत होते. तांड्यातील लोकांकडे नजर उचलून न बघता तो अजीत भाटच्या खोपटांकडे चालू लागला. त्याच्या चेहऱ्यावरील भाव क्षणाक्षणाला बदलत होते. मुलीच्या काळजीने अपमानाचे कडवट घोट गिळत त्याने अजीतकडून काही पैसे उसनवार घेतले आणि त्या

तांड्यामधून गडबडीने बाहेर पडला. तो भग्न मानसिक स्थितीत मिरजेचा रस्ता तुडवू लागला.

एका ओळखीच्या वकिलास घेऊन तो पोलिस स्टेशनमध्ये आला. जामीन भरून तो वकील निघून गेला. ठोकळे फौजदार नव्हते. त्याला ओळखत असलेले पोलिस तोंड फिरवून निघून जात होते. तो पोलिस स्टेशनच्या दारात बसला होता. थोड्यावेळाने एक पोलिस लक्षीला घेऊन येत असलेला त्याला दिसला. तिचा निस्तेज चेहरा, निर्विकार डोळे बघून त्याला भडभडून आले. तो गडबडीने उठला. त्यांच्या आडवं गेला. तो पोलिस म्हणाला,

''तूच का हिचा बाप...?''

पेटत्या अंत:करणानं त्याने होकार दिला. तो पोलिस लक्षीला त्याच्याजवळ सोडून निघून गेला. तिच्या दंडाला धरून तो प्रवेशद्वारापर्यंत चालत आला. ती निर्जीव पुतळ्यासारखी त्याच्याबरोबर चालत होती. देखण्या लक्षीचा टवटवीत चेहरा रंग उडालेल्या चित्रासारखा फटफटीत दिसत होता. भानुदासच्या काळजाचे तुकडे तुकडे होऊ लागले. तिच्या दंडाला धरून गदागदा हलवीत दाटल्या कंठाने तो विचारत होता.

''पुरीऽऽऽ काय झालं...? त्वा अशी गप्प काऽऽऽ?''

ती काहीच बोलत नव्हती. तिच्या अंगावरील कपडे ठिकठिकाणी फाटले होते. गोऱ्या अंगावर ओरखडे दिसत होते. केस विस्कटले होते. रडत असलेल्या बापाकडे एक थंड नजर टाकून ती थंड आवाजात म्हणाली,

''बाबाऽऽऽ गिधाडांनी घात केला... आता काय ऱ्हायलंय?''

भानुदासच्या डोक्यात वीज पडल्यासारखं झालं. तो तिथंच मटकन खाली बसला. पोलिस स्टेशन त्याच्या भोवतीने गरागरा फिरू लागले...!

■

कळ

सकाळचं कोवळं ऊन पडलं होतं. गावातील माणसांची धावपळ सुरू होती. कोणी स्वत:च्या शेतीवर, तर कोणी इतरांच्या शेतीवर काम करण्यासाठी जात होतं. तसं बघायला गेलं तर मारोळी गाव लहानच. जेमतेम पंचवीस ते तीस घरांचं. फार पूर्वी बांधलेली धाब्याची घरं. निम्म्या अर्ध्या भिंती पडलेल्या. तणसाची छपरं मोडकळीला आलेली.

गावाच्या पूर्वेला थोड्या अंतरावर यमन्या मांगाची तणसाची झोपडी. झोपडी तशी मोडून पडलेलीच. छपरावरचे तणस वाऱ्याबरोबर उडून गेलेले. सूर्याची किरणं सरळ घरात येत होती. यमन्या व त्याची बायको पुतळा छपरासमोरच केकत्या चिरत बसले होते.

केकत्या चिरता चिरता थबकत तो पुतळाला म्हणाला,

"आगं... आपल्या सदानं... येक सुदीक पतार आजून... धाडलं न्हाय... त्येला म्हमईला जावून.. येक वरीस झाला... पयल्यांदाच तेवढं येक... पतार लिवलं व्हुतं त्येनं... त्येच्यावर येकबी पतार न्हाय.. आणीक येक पयसा बी धाडला न्हाय.. आय... बा... मेल्याती का हायती... त्येचा इच्चारच केला न्हाय..."

केकतीचा फडा चिरण्याचे बंद करून पुतळा म्हणाली,

"आवं... यील की पतार.. कामातनं पोराला सवड व्हत नशील.. हाफिसाचं काम आसतंया."

यमन्या चिंतेच्या स्वरात म्हणाला,

"पर... आमी हिकडं... मरा लागलुया... जीवाला बरं वाटत न्हाय.. त्येला सा म्हयनं झालं.... आवषीदाला सुदीक पयसा न्हाय... आपणास्नीच काम व्हत न्हाय... मग पयसा कुटनं... मिळाचा... आज्यार मातूर सारका ज्यापाच व्हुया लागलाय... कवा तर येकांद्या दिवशी पाटकरना मरून गेलं म्हंजी झालं... आता

लय दिस जगीन आशी आशा न्हाय...''

पुतळाने केकत्या चिरण्याचे बंदच केले. म्हणाली,

''आवं... आसं द्वाड वाणी... कश्याला बोलताया...? आपला सदा येकदम पयसं धाडून दिल... तवा तुमाला दवाखान्याला न्ह्याला यील... लगीच जीवाला बरं व्हुतंया... तंवर कसंतर काडाच...''

शून्य नजरेने पाहात यमन्या म्हणाला,

''कसं काडायाचं? आगं... सा... म्हयनं... आसंच आशा धरून काडतुया... पर त्येनं सादी चिठ्ठी... सुदीक धाडली न्हाय... आमचं कसं व्हुतया कुणाला ठावं...?''

यमन्या व पुतळा पुन्हा केकत्या चिरायला लागली. थोडा वेळ कोणीच कोणाशी बोललं नाही. केकत्या चिरण्याची शक्ती देखील यमन्याच्या हातामध्ये नव्हती. त्याला क्षय रोगाने जेरीला आणले होते. हातापायातील शक्ती नाहीशी झाल्यासारखी वाटत होती. तरी पण पोटात पेटलेली भुकेची आग विझविण्यासाठी त्याला काम करावेच लागत होते. आजार औषधउपचाराविना वाढतच होता. हाडांच्या सांगड्यावर कातडी झाकल्यासारखे त्याचे शरीर दिसत होते. डोळे खोल गेले होते. डोक्याचे केस भलतेच वाढले होते. बसल्या जागेवरून सहसा त्याला उठवत नव्हते. केवळ आपला मुलगा उद्या आपणाला सांभाळेल या एकाच आशेवर तो उजाडणारा दिवस पुढे ढकलीत होता. पुतळाची स्थिती त्याच्यासारखीच होती. तिच्या अंगातही आता त्राण नव्हता. फरक इतकाच होता की तिला कसला आजार नव्हता. परंतु अन्नावाचून तिची स्थिती यमन्यासारखीच झाली होती.

चिरलेल्या केकतीचा बिंडा आपल्या थरथरत्या हाताने बांधत बांधतच तो म्हणाला,

''आगं... ह्येला भिजू टाकाचं हाय.. वड्या पातूर जातंया... का न्हाय... कुणाला ठाव?''

पुतळा म्हणाली,

''तुमी वायसं घ्या... मी बी वायसं घिती कसंतरी.. त्येच्या बिगार काय कराचं? पोटाला काय बी न्हाय.. दोन गिरायीक... घेतल्याती... त्या कुंडीबा चवाणाचा सुंदुर करून ध्याचा हाय.. रामा जादवाच्या बयलास्नी दोन दोरकांडं करून ध्याची हायती.. त्येचं पैसं मिळालं तर बरं.. न्हायतर... मापटं... मापटं दाणं द्याला सांगती... आता ह्या किकती भिजपातूर... आणिक बडवून वाक व्हतंपातूर पोटाला काय खायाचं? उसणं बी कोण दिना... सारकं मागा लागल्यावर लोकास्नी द्याचं कुटंपतूर...?''

यमन्या म्हणाला,

''आगं... सवताचं पोरगंच आपनास्नी काय दिना... तवा दुसरी माणसं

कशी देत्याली...? त्येन्ला तर काय म्हणाचं? त्येच्यापाशी तर काय हाय...?''

खाली मान घालून दोघेजण काम करू लागले.

यमन्याचे अशक्त हात केकती चिरून एकत्र करण्याचे काम करीत होते आणि डोक्यात विचारांचे वादळ उठले होते. आपला सदा आपणाला विसरला असेल काय? लगेच दुसरा विचार त्याला उत्तर देत होता. ते कसं शक्य आहे? त्याला शिकविण्यासाठी तू रात्रंदिवस कष्ट घेतलंस. त्याच्या सुखासाठी स्वत:च्या सुखाचा त्याग केलास. त्याला नोकरी लावण्यासाठी तू कितीतरी लोकांचे पाय धरलेस. किती जणांना अश्रू ढाळीत आपली व्यथा सांगितलीस... हे सर्व त्याच्या डोळ्यासमोर घडले असताना तो विसरू शकेल?

पहिला विचार उफाळून येत होता. मग...आज एक वर्ष झाले, तरी त्याने एकसुद्धा पैसा पाठविला नाही? आपली विचारपूस करणारं पत्रसुद्धा पाठविलं नाही. आपले आईवडील काय करत असतील? काय खात असतील? याविषयी एखाद्या दिवशी तरी का विचार केला नाही? पैसा हातात आला म्हणून त्याला आई वडिलांचाही विसर पडला की काय? पैशामुळे माणूस रक्ताची नातीसुद्धा विसरतो काय ? त्याशिवाय आजपर्यंत तो तिकडेच राहिला नसता. एका वर्षाच्या पगारातून त्याच्याकडे पाच रुपये शिल्लक नसतील का? ज्यांनी रक्ताचं पाणी करून त्याला शिकविले, त्याला नोकरी मिळावी म्हणून अनेकांसमोर भिकेची झोळी पसरली, आपल्या लाचार अश्रूंनी अनेकांचे पाय धुतले. खरोखरंच तो आम्हाला विसरला असेल...? आपल्या जगण्यात काहीच अर्थ नाही. फक्त त्याच्याच आशेवर आपण जगतोय. तेच आपल्या जगण्याचे साधन आहे आणि तोच जर आपल्यापासून दूर जाऊ पाहतंय तर आपण जगायचंच कशाला! अनेक विचार त्याच्या डोक्यात मधमाश्यांसारखे घोंगावत होते.

दुपार झाली होती. यमन्याने व पुतळाने केकती चिरण्याचे बंद केले. चिरलेल्या केकतींचे दोन बिंडे करून त्यांनी डोक्यावर घेतले. पुतळा म्हणाली.

''आवं... तुमांस्नी येवड्या किकती वड्यापातूर जायाच्या न्हायत्या... म्या आणीक वायशा घिती. हिकडं आणा... पयलंच मोकळं चालाला... तुमास्नी सगत न्हाय... आणीक ही घिवून कवा...चालताया...?''

यमन्या म्हणाला.

''आगं... तुझ्या आंगात तर कुठं सगत हाय...? कसंतर ठिवंत ठिवंत जावं चाल... कशी तर दिसाची भरत कराची हाय...''

यमन्या असे का म्हणतोय, याची पुतळाला चांगली कल्पना होती. सदाविषयीची त्याची आशा मावळली होती. आजाराने त्याला बैचेन केले होते. त्याला जीवन नकोसे झाले होते. एकमेकांच्या अंत:करणाची तळमळ एक दुसऱ्याला समजत

होती. डोक्यावर चिरलेल्या केकतीचा बिंडा घेऊन तो लटपटत चालत होता. डोळ्यांसमोर अंधारी येत होती. तो मधूनच डोळे घट्ट मिटून क्षणभर एका जागी उभा राहत होता. नंतर पुढे चालत होता. त्याची अवस्था पाहून पुतळाच्या अंत:करणात कालवाकालव होत होती.

तो विचार करीत होती. यासाठीच त्यांनी असहाय्य त्रास घेऊन सदाला शिकवले का? त्याला नोकरीला लावले... खरंच आजच्या युगात आई वडिलांपेक्षा पैसा, प्रतिष्ठाच श्रेष्ठ आहे का? ती विचाराच्या तंद्रीतच चालत होती. यमन्याला चालणे असहाय्य होत होतं.

तो केकतीचा बिंडा खाली टाकून बसला. पुतळाही भांबावलेल्या मन:स्थितीत त्याच्याशेजारी बसली. चेहऱ्यावर तिरस्काराचे भाव तरळत होते. थोड्या वेळाने ते दोघे उठले. केकतीचे बिंडे डोक्यावर घेतले आणि ओढ्याकडे चालू लागले.

गावापासून अर्ध्या मैलावर ओढा होता. तो अर्धा मैल रस्ता चालण्यास त्यांना बराच वेळ लागला. ते दोघेजण ओढ्यावर आले. एका डबक्यात चिरलेल्या केकत्या टाकल्या आणि थकल्यासारखे ओढ्याच्या काठावर बसून राहिले. पुतळा म्हणाली,

"तुमाला... लय... तरास व्हया... लागलाय व्हय...?

यमन्या दु:खी स्वरात म्हणाला,

"जीव... नगू वाटा... लागलाय..आसं हालात किती दिस... काडायचं...? किकती कापताना... हाताला काटं मोडत्याती... कोयता लागून हात कापतुया... आणीक ह्या आज्यारानं मरा लागतुया... उद्याच्याला मरताना तर.... सुकानं दोन दिस...ऱ्हावून... मरीन म्हणूनशीना रातीचा दिस करून त्याला साळा शिकवली. त्येला नुकरी लावासाठी... किती लोकासनीचं पाय धरलं... पर प्वार सुदीक दिसाला... मिळालं... पयशाच्या म्हागं लागलं... काय आमचा बी जलम हाय... उंद्याच्याला मिलू तर...! कुतऱ्यावाणी लोकं वडून टाकत्यालीऽऽऽ...."

यमन्याचं दु:ख अनावर झालं. डोळ्यांतून जळजळीत पाणी टपकू लागलं. पुतळा खिन्न मनाने त्याच्याकडे पाहात राहिली. काय बोलावे ते तिला सुचेना. आतापर्यंत मुलाविषयी असलेली ओढ, नवऱ्याच्या स्थितीकडे पाहिल्यानंतर नाहीशी झाली होती. बराच वेळ ते दोघेजण तेथे बसून होते. नंतर यमन्या म्हणाला,

"चल... जावं... या... त्वा कुणाकडनं तर.. च्यार आणी आण... सदाला येकांदं... पतार तर लिवाला यील... त्येल येक ध्यान व्हत न्हाय म्हूनशीना माजं आतडं ऱ्हात न्हाय... आता माजा काय भरवसा हायऽऽऽ..."

यमन्याच्या वाक्याने पुतळाच्या काळजाच्या चिंधड्या चिंधड्या होत होत्या.

दोघे उठले आणि अस्वस्थ मनानेच घराकडे चालू लागले.

पुतळा रामा जाधवाच्या घरी आली. रामा नुकतेच बैलांना दावणीला बांधत बसला होता. बैलांना बांधण्यासाठी दावी नव्हती. कसंतरी गाठी मारून, तुटलेल्या ठिकाणी जोडून तो त्याच दाव्यांनी बैलांना बांधत होता. त्याला यमन्याचा व पुतळाचा भयंकर राग आला होता. बैल बांधण्यासाठी दोर करण्यासाठी सांगून बरेच दिवस झाले होते. तरी पण त्यांनी अद्याप दोर दिले नव्हते. त्यांची स्थिती रामाला काय ठाऊक! तो त्याच्या गरजेला जास्त महत्त्व देत होता. पुतळाला पाहून रामाचं टाळकं फिरलं, तो म्हणाला,

''पुतळे ऽऽऽ तुमी माणसं हायसा का हयवाणं...? आयला आट धा... दिस झालं... दोरकांड द्या म्हणूशान बोंबालतुया... आणीक तुमचं आपलं राज्यावाणी काम चाल्लंया... कसली मांगं हाय तुमी...? आता मोकळ्या हातानं कश्याला आल्यायाचं...?''

पुतळा खाली मान घालूनच म्हणाली.

''जीऽऽऽ मालक... वायसं च्यार आणी फायजी व्हतं. पोराला कागूद धाडतावं... आमचं लय हाल... व्हुया लागल्याती...''

रामा म्हणाला,

''तवाच म्या वळकलं व्हुतं... त्वा कायतर मागाचं... आसल्याबिगर याची न्हायीस... दोरकांड द्याची बोंब... आणीक पयसं तेवढं आगुदर फायजीती व्हय...? लय श्याणी हायीस...''

पुतळा म्हणाली,

''तसं म्हणू नगा जी... सदाचा 'बा' मराला टेकलाया... त्येस्नी लय तरास व्हुया लागलाया... तवा पोराला पतार धाडून... काय तर पयसं दितुया का बगाचं हाय... तेवढंच त्येनास्नी दव्याखान्याला न्हेताव जी...''

रामा म्हणाला,

''तुजं... पोरगं मस्त हाफिसर झालंया... आणीक त्वा च्यार आणं मागा लागलीयाच व्हय...?''

पुतळाला अपमान वाटला. स्वत:चा मुलगाच आपणाला ओळखत नाही मग इतरांना काय दोष द्यायचा? परिस्थितीने हतबुद्ध झालेल्या पुतळाचा या अपमानास्पद बोलण्याने कंठ दाटून आला. ती रडत रडतच म्हणाली,

''येक... वरीस झालं... येक सुदीक पयसा धाडला न्हाय त्येनं... पयल्यांदा येक पतार धाडलं व्हतं... तेवढंच... पुन्यांदा आमचं ध्यान सुदीक काडंत न्हाय... उद्यांच्याला मेल्यावर तर यीतुया का न्हाय कुणाला ठावं हायऽऽऽ?''

तिने लुगड्याच्या पदराने डोळे पुसले.

रामाला तिची दया आली. तो म्हणाला,

"आगं बाय... आजकालची पोरं आशी हायती... हातात पायसा मिळला का आय... बा ला इसरून जात्याती... आणीक आपुन मातूर उगंच त्येंच्या आशावर जगतुया... आता येकामेकांस्नी माया ऱ्हाली न्हायी..."

रामाने तिला चार आणे आन् दोन भाकरी दिल्या. या प्रसंगी तिला आपल्या मुलापेक्षाही रामाच जास्त जवळचा वाटू लागला.

ती म्हणाली,

"लय उपकार झालं जी... आता शेवटाचं येक पतार धाडाला लावती त्येनांस्नी... न्हायतर आपलं नशीब आपल्या संगं म्हणाचं..."

ती दुःखी मनानेच परत फिरली, घरी आली. त्या दोघांनी एक एक भाकरी खाल्ली. पोटाला थोडा आधार झाला. अंगात थोडेफार त्राण आल्यासारखं यमन्याला वाटू लागलं. तो उठला. पुतळाकडील चार आणे घेतले आणि दुकानाकडे चालू लागला. विचाराच्या तंद्रीतच तो चालत होता. सदाला आपली खरी परिस्थिती कळवावी. विचाराच्या तंद्रीतच तो दुकानापर्यंत आला. पोस्टकार्ड घेतले आणि तो शाळेकडे चालू लागला.

कचरे गुरुजी शिकवीत होते. हातात पानाची चंची होती. आडकित्त्यात सुपारी कातरून तोंडात टाकत टाकतच ते मुलांना धडा शिकवीत होते. मुलं एक वेळा आडकित्त्याकडे तर एक वेळा मास्तरांच्या तोंडात भरलेल्या सुपारीच्या तुकड्यांकडे पाहात होती.

यमन्या शाळेजवळ आला. बरेच चालल्याने त्याला थकवा आला होता. दम लागल्याने तो मटकन खाली बसला. लांबूनच गुरुजींना नमस्कार करून म्हणाला,

"गुरुजी, माजं... येक काम करतावं का?"

सुपारी चघळत चघळतच गुरुजीने विचारले,

"काय काम काढलंस...?"

यमन्या म्हणाला,

"पोराला येक पतार लिवाचं व्हुतं जी... न्हाय म्हंजी लय आबदा व्हुया लागलिया आमची... ही नव्हं का, पयल्यांदा येक पतार आलं व्हुतं... त्येच्यावर पत्त्या बी हाय त्येचा... त्येच्यावर येक सुदीक पतार त्येनं धाडलं न्हाय..."

असे म्हणत म्हणतच यमन्याने खिशातून पत्र काढून गुरुजींना दिले. गुरुजींनी सदाने पाठविलेले पत्र वाचले.

गुरुजी म्हणाले,

"पाठविण्यासाठी...पत्र कुठाय...?"

यमन्याने कोरे पत्र दिले.

गुरुजींनी पानाला चुना लावला. पानाचा विडा करून तोंडात कोंबला. थोडी तंबाखूची चिमूट तोंडात टाकून झाल्यानंतर एक रंगीत पिचकारी मारली. ते म्हणाले,

"काय... काय लिहायचे... ते तू सांग... तू सांगशील तसे मी लिहितो..."

मुलांनी दप्तर भरून ठेवलं आणि ती गुरुजींचा व यमन्याचा संवाद ऐकत बसली.

यमन्या सांगू लागला.

"त्येला लिवा... माजं लय हाल व्हुया लागलंया... आज्यार वाडा लागलाया... उठाला येत न्हाय... पर तशातच किकती कापतुया... लोकास्नीची दावी... सुंदुरं... कासरं करतुया... त्येच्या बिगर पोटाला काय खायचं हाय... त्वा आमाला इसरलायच जणू... तवा ही... पतार तुला मिळाल्या मिळाल्या वायसं पयसं... धाडून दी.. तुजी आय बी आनावाचून मरा लागलीया... तिला सुदीक चालाला सगत न्हाय..."

गुरुजींनी पत्र लिहून संपविले. यमन्याला एक वेळा वाचून दाखविले. यमन्याने पत्र घेतले आणि म्हणाला,

"गुरुजी... लय उपकार केलं बगा... तुमी...."

एवढे बोलून यमन्या तेथून निघाला. हळूहळू चालत तो चावडीकडे जाऊ लागला. त्याला ते पत्र पत्रपेटीत टाकावयाचे होते.

गुरुजी म्हणाले,

"मुलांनो... चला... जेवणाची सुट्टी झाली."

मुलं ओरडत दंगा करत पळू लागली.

संध्याकाळी पुतळाने सर्व घर धुंडाळले. परंतु तिला कसलेच धान्य मिळाले नाही. ती यमन्याला म्हणाली,

"आवं... सांच्याला पोटाला काय बी न्हाय. तसंच उपाशी निजावं लागतंया."

यमन्याने गुडघ्यामध्ये घातलेली मान वर काढली आणि म्हणाला,

"काय आसाचं...? आट... धा... दिस झालं... कसलंच काम न्हाय... कुठनं येतंया... ऱ्हावं दी तकडं."

पुतळाने विचार केला. आपला नवरा आजारी आहे. त्याचा अशक्तपणा दिवसेंदिवस वाढतोय. अशा स्थितीत त्याला आपण उपाशी कसं ठेवायचं?

ती म्हणाली,

"बगती... सांदडी हुडकून, कुटं कळणा कोंडा घावला तर बरं हुईल... न्हायतर कुणाकडनं तर मागून आणीन येकांदी भाकर."

यमन्या म्हणाला,

"नगू कुणाकडं मागूस... आसं मागून कुटपातूर खायचं! लोक म्हणत्याली

प्वार नुकरीला लावलंय आणीक बायकूला... भाकर मागाला धाडतुया... तुला बी कायतर बोलत्याली...''

पुतळा देवळ्या, गाडगी शोधू लागली. एका गाडग्यात कधीतरी टाकलेलं कोळवभर मात्रं सापडलं. ते मात्रं तिनं काढलं आणि तव्यात घेऊन दगडाने बारीक करू लागली, त्याच्या कण्या केल्या. त्याच कण्या शिजवून दोघांनी थोड्या थोड्या खाल्या. आपले कसे होईल या विचारातच दोघेजण झोपी गेले.

तीनचार दिवस असेच उपाशी, अर्धपोटी निघून गेले. पुतळा कोणाकडून तरी एखादी आर्धी भाकरी आणून यमन्याला देत होती. तेवढी भाकर मिळविण्यासाठी तिला कितीतरी बोलून घ्यावे लागत होते. परंतु पोटाला काय मान अपमान होता थोडाच ! तिच्या दारिद्र्यासमोर तिला आपल्या स्वाभिमानाचे बलिदान द्यावे लागत होते. यमन्या म्हणाला,

''आपणास्नी... आज वाक बडावायला जायला पायजी... केकत्या भिजल्या असत्याल्या...''

ती म्हणाली,

''तुमच्या अंगात सगत न्हाय... आणीक केकत्या कश्या... बडवताय... ऱ्हावंद्या. मागनं कवातर बडवाला येत्याल्या...''

तो म्हणाला,

''कुठनं... सगत याची...? तेवडंच... बडवून आणलं तर... त्या वाकाचं येकांदं... दुसरं दावं करून तर इकाला यील... तेवडंच पोटाला व्हुईल...''

पुतळाला पण काही बोलता येईना, ती तरी किती दिवस उपाशी राहणार? केकत्या बडवून, त्याचा वाक केला तर दावं, दोरकांड करून धान्य, पैसे तरी मिळवता येतील या विचाराने तिने होकार दिला.

ते दोघे जण ओढ्याकडे चालू लागले. क्षयाने यमन्याला चांगलेच ग्रासले होते. खोकल्याचे प्रमाण वाढले होते. थोडे अंतर चालले की, त्याला चक्कर येत होती. धाप लागत होती. कसेतरी ते दोघेजण ओढ्यावर आले. चिरलेल्या केकतीचे भारे पाण्यातून बाहेर काढले. ते भारे उचलणे यमन्याला त्रासाचे होत होते. तो एकसारखा भेलकांडत होता. जवळच्याच एका मोठ्या दगडावर तो बडवण्याने वाक बडवू लागला. बडवलेला वाक पुतळा वाळत टाकत होती. यमन्याला अंधारी येऊ लागली. हातात शक्ती नसल्याने हात वर उचलत नव्हते. तो तसाच नेटाने हात वर उचलून केकतीवर बडवणे मारत होता. त्याला एकदम चक्कर आली आणि तो पाण्यात कलांडला. पुतळा किंचाळली, ''आगऽऽऽ... बाऽऽऽ यऽऽऽ...''

तिने पळत येऊन यमन्याला उचलले. पाण्याबाहेर काढले. यमन्याचे हातपाय थरथरत होते. ती त्याच्या शेजारी बसून मोठ्यामोठ्याने रडू लागली. रडत रडतच

लुगड्याच्या पदराने त्याचं अंग पुसत होती. काही वेळानंतर त्याला थोडं बरं वाटू लागलं. क्षीण आवाजात तो म्हणाला,

"आसंच... येकांद्या दिशी परदिश्यावाणी मराचं हायऽऽ"

त्याचा कंठ दाटून आला. असहाय्य डोळ्यांतून अश्रू टपकत राहिले. पुतळाचं अंत:करण तिळतिळ तुटत होते.

आपण असेच बसलो तर... उद्या कामाला वाक मिळणार नाही. आपल्या पोटाला काहीच मिळणार नाही. पुतळा आपल्यासाठी दारोदार भाकरी मागत फिरेल, या विचाराने तो उठला. बडवणे हातात घेऊन वाक बडवू लागला.

पुतळा म्हणाली,

"आवं... ऱ्हावं द्या तकडं... जीवा... परस काय आदीक हाय व्हय त्यो वाक...?"

आपल्या अशक्त हातानं केकत्यावर घाव घालतच तो म्हणाला,

"उद्याच्याला... पोटाला काय करत्याच...? आदीच दोन-चार दिस कसंतर... उपाशी... तापाशी कडल्याती..."

पुतळा गप्प बसली. तशा स्थितीतच त्याने केकत्या बडविल्या.

संध्याकाळ झाली होती. पुतळा म्हणाली,

"चला जावं..वाक वाळला आशील... जायाला रात व्हुत्याया..."

दोघांनी मिळून वाक एकत्र केला. पुतळानं एक मोठा भारा आपल्या डोक्यावर घेतला आणि थोडाच वाक यमन्याच्या डोक्यावर दिला. बसत उठत ते बऱ्याच उशिराने घरी आले. दोघेजण उपाशीच आडवे झाले. यमन्याचं अंग ठणकत होतं. वेदना वाढत होत्या.

सकाळी पुतळा उठली. तिच्या पोटात भुकेची आग पेटली होती. ती तशीच आतड्याला पीळ मारून, वाक पसरून टाकू लागली. यमन्याला जाग आली. परंतु त्याला उठवत नव्हते. तो एकसारखा खोकत होता. धाप लागल्याने श्वास घेणेही त्याला कठीण झालं होतं. बराच वेळ तो अंथरुणाशी खिळून होता. आपली पत्नी एकटीच काम करतेय अन् आपण असमर्थपणे पडून आहोत, या विचाराने तो उठण्याचा प्रयत्न करीत होता. परंतु त्याला उठवत नव्हते. औषध उपचाराअभावी त्याचा आजार दिवसेंदिवस वाढत होता. विचार करून यमन्याच्या शारीरिक अवस्थेबरोबर त्याची मानसिक अवस्थादेखील बिघडत होती.

पोस्टमन रस्त्यावरूनच ओरडला.

"यमनाप्पा - भिवाजी रास्ते... कोण हाय का?"

पुतळा म्हणाली,

"काय हाय जीऽऽऽ...? आमीच हावं..."

पोस्टमननं एक पाकीट पुतळाच्या हातावर ठेवले आणि सायकल परत वळविली.

पुतळा म्हणाली,

"कुणाचं हाय जीऽऽऽ..."

पण पोस्टमन परत वळून न बघताच निघून गेला. ती वाक पसरविण्याचे सोडून घरात आली. यमन्याने विचारलं...

"काय आलंया...?"

ती म्हणाली,

"पाकीट आलंया... सदाचं आशील... न्हाईतर... आमासनी कोन पतार धाडताया..."

यमन्या गडबडीनं उठू लागला. त्याला भयंकर त्रास होत होता. उठता येत नव्हतं तरीसुद्धा आपल्या मुलाचं पत्र आलं, आपण पाठविलेल्या पत्राचा काहीतरी उपयोग झाला. आपले पत्र वाचून त्याला आपली दया आली असेल. या विचारानं तो उठला. त्याने पुतळाच्या हातातील पाकीट गडबडीने घेतले आणि शाळेकडे चालू लागला.

पत्रात काय लिहिले आहे, याची त्याला उत्सुकता लागली होती. आपल्या मुलानं काय लिहिलं आहे? या विचारानं पुतळासुद्धा यमन्याच्या पाठोपाठ गडबडीनं आली. यमन्या शाळेसमोर आला, गुरुजींना म्हणाला,

"आवं गुरुजी... येवडं...काय... काय लिवलंय... ती वाचा की!"

गुरुजींनी पाकीट उघडले. एक चिठ्ठी बाहेर काढली आणि वाचू लागले. पुतळादेखील उत्सुकतेने ऐकत होती.

आई वडिलांच्या सेवेशी,
सदाचा नमस्कार वि. वि.

मी इकडे मजेत आहे. माझी काहीच काळजी करू नका. मला एक हजार रुपये पगार मिळतोय. पण तो पगार मला पुरेसा होत नाही. येथील सुधारीत राहणीमान, महागाई यामुळे आणखीन एक वर्ष तरी माझ्याकडून पैसे मिळण्याची अपेक्षा करू नका. आपण जे पत्र पाठवले तसे पत्र परत पाठवू नका. माझ्या एखाद्या मित्राने चुकून पत्र वाचले, तर... माझी बेइज्जत होईल.

कळावे,

आपला मुलगा
सदा

यमन्याचा चेहरा प्रत्येक वाक्याला उतरत होता. पुतळाचं डोकं तर बधीर झालं होतं. शेवटच्या वाक्याने यमन्याला धक्काच बसला. त्यांच्या जगण्याला तेवढा पोराचा एकच आधार होता. त्याच्या प्रतिष्ठेसमोर, इज्जतेसमोर आई वडिलांची किंमत शून्य होती. त्याच्या हृदयात एक जोरात कळ आली, त्याच्या अशक्त शरीराला ती भयानक कळ सहन करता आली नाही आणि तो उभे राहिल्या जागीच धाडकन कोसळला.

पुतळा एकदम भानावर आली. यमन्या जमिनीवर पडलेला पाहून तिचं काळीज फाटलं, ती थरथरत म्हणाली,

"काऽऽऽय.... काऽऽऽ यऽऽऽ झाऽऽऽलंऽऽऽ?"

परंतु त्याचे उत्तर द्यायला यमन्याच जिवंत नव्हता. त्यानं या दु:खी जीवनाचा निरोप घेतला होता. पुतळाने जीवाच्या आकांतानं बोंब मारली आणि नवऱ्याच्या प्रेतावर स्वत:चं डोकं आपटून रडू लागली. कचरे गुरुजी स्थिर नजरेने त्यांच्याकडे पाहत होते.

■

निर्धार

अंधाराच्या कुशीत निपचित पडलेल्या त्या पाच-सहा पालांतील लोकांना हळूहळू जाग येऊ लागली. प्रत्येक पालातून कुजबुज सुरू झाली. संत्या पवारानं नाइलाजानं अंगावरची फाटकी वाकळ बाजूला सारली. अंग ठणकत असल्यानं उठून बसणंदेखील त्याला नकोसं झालं होतं. तरीही आळोखं पिळोखं देत तो उठून बसला. डोळं चोळत त्यानं पालाबाहेर बघितलं. तांबडं फुटलं होतं. बराच उशीर झाला, या विचारानं तो अस्वस्थ झाला. त्यानं आळस झटकला. शेजारी झोपलेल्या रमश्याला आणि रंगीला त्यानं गडबडीनं उठविलं. ती दोन्ही पोरं ताडकन उठून बसली. त्यांच्या हालचालीनं इमलीला जाग आली.

फाटक्या वाकळचं बोचकं एका बाजूला ठेवत, संत्या म्हणाला,

"लय उशीर झाला. समदी माणसं शेरात गिली. उटाऽऽऽ... उटाऽऽऽ..."

इमलीने तान्ह्या पोरीला एका बाजूला झोपविलं. बारा वर्षांचा रमश्या डोळं चोळतच म्हणाला,

"म्या न्हाय येणार खेळ कराला... कोण सुदीक खेळ बगत न्हायती. आणिक जाता जाता बगीतलं तर येक पैसाबी देत न्हायती... आमचं मातूर मरणाचं हाल व्हुतया..."

संत्याला त्याचं म्हणणं पटत होतं. परंतु खेळ केल्याशिवाय कुटुंबातील कोणाच्याच पोटाला अन्न मिळणार नव्हतं. तो म्हणाला,

"आरं... परं... खेळ न करून काय खायाचं? जेवडं मिळील तेवडं घ्याचं... चल आवर लगीच..."

तान्ह्या पोरीसाठी खोळ करता करताच इमली म्हणाली,

"आरं... रमश्याऽऽऽ... त्वा काय आता बारका न्हायीस... उंद्याच्याला ही रंगी तिच्या न्हवऱ्याकडं गिली म्हंजी.. कोण खेळ कराचं... त्वाच आमच्या पोटाला घालाचा हायीस... ह्या पुरीचं लगीन व्हून च्यार वरसं झाली... तिसऱ्या

सालातच तिचं लगीन झालं. आजून धाडलं न्हाय. त्वाच जर आसा आळस केलाच म्हंजी आमांला उपाशीच ऱ्हावावं लागील...''

तिरमिरीतच रमश्या म्हणाला,

"आयेऽऽऽ यिवडी मोट्याली दगडं उचलून... ढोलगं वाजवून आणि वरडून वरडून जीव नगुसा व्हुतुया... पर माणसं काय खेळ बगत न्हायती...''

इमली त्याची समजूत घालू लागली.

"आरं बाबा... दिसं काळ बदला लागल्याती... आपला खेळ आता जुना झाला. आता आपणास्नी कोण इच्यारत न्हाय. म्हणून तर म्या खेळ कराचं सुडून... चिंध्या भंगार गोळा करत फिरत्याया... आपल्यासारक्या समद्याच फिरस्त्यांची आशी तऱ्हा झाल्याया, आता चिंध्या, भंगार गोळा कराला सुदीक मायंदाळ गर्दी व्हुतीया. ते बी वाट्याला यीना...'

तिनं एक उसासा सोडला. तान्ह्या पोरीला खोळीत घालतच ती म्हणाली,

"बरंऽऽऽ... त्वा जा आता... मलाबी लय उशीर झालाया... बायका पोरानं कचऱ्याचं ढीग समदं पालतं घातलं आसत्याली.''

इमली उठली. तिनं पालातील फाटकातुटका संसार एका बाजूला लावला. पोरीला घातलेली खोळ पाठीवर बांधली. पोत्याचा झोळणा बगलेत अडकविला आणि चिंध्या, प्लॅस्टिकचे कागद, भंगार गोळा करण्यासाठी, जाता जाताच म्हणाली,

"आगं रंगेऽऽऽ जाताना नीट साटवून जा... पालाच्या म्होरं ती वाकळ टाक न्हायतर कुतरं बितरं आत जाऊन समदं इस्काटील...''

सात वर्षाच्या रंगीनं भली मोठी जांभई दिली आणि म्हणाली,

"चल... चल... म्हणून 'बा' गरबड करा लागलाया... आणिक कवा साटवत बसू...?''

गळ्यात ढोलगं अडकवत संत्या म्हणाला,

"आगं... घरात काय हाय... तवा कुतरं इस्काटीलं... पयलाच उशीर झालाया... येऽऽऽ पोरानुऽऽऽ उटाऽऽऽ चलाऽऽऽ''

रंगीनं काठी, दोर घेतला. रमश्यानं लोखंडाच्या रिंगा, कडं आणि खेळ करण्यासाठी लागणारं बारीक सारीक साहित्य घेतलं.

संत्यानं फाटक्या वाकळंचा पडदा पालासमोर टाकला. बराच उशीर झाल्यानं तो गडबडीनं चालू लागला. त्याच्यामागं ती चिमुरडी पोरं धावू लागली. तेथील त्या सहा पालांतील भटक्या जमातीपैकी, गोपाळ जातीची माणसं, खेळ करण्यासाठी, भंगार गोळा करण्यासाठी अगोदरच गेली होती. त्या रिकाम्या पालाकडं बघून, संत्याच्या पळणाऱ्या त्या दोन्ही पोरांची दमछाक होत होती.

सूर्याची कोवळी किरणं पसरू लागली. त्यांच्या पालांपासून जवळच नाशिक

शहराची भलीमोठी झोपडपट्टी होती. जगण्यासाठी खेड्यापाड्यांतून आलेल्या अठरापगड जाती-जमातींची कुटुंबं तिथं होती. बदलत्या समाजप्रवाहात आपला पारंपरिक व्यवसाय हरविलेली माणसं कचऱ्यात, घाणीच्या दलदलीत जगण्याची साधनं शोधत होती. हातात ताटं आणि बगलेत झोळी अडकवून लहान मुलं एकापुढं एक पळत होती. कोणी कामाच्या शोधासाठी चिंताग्रस्त चेहऱ्यानं आपल्याच तंद्रीत झपाझप चालत होता. कोणी वेळेत कामावर जाण्यासाठी धावत होता. प्रत्येक जण पोटाच्या पाठीमागं पळत होता. घड्याळाच्या काट्यांना बांधून घेऊन यंत्राप्रमाणे धावणाऱ्या माणसांना एक दुसऱ्याचा विचार करायला वेळ नव्हता. ही धावपळ बघतच संत्या भराभर चालत होता.

पळता... पळताच रंगी म्हणाली,

"आरं बाऽऽऽ... किती भराभरा चालतुयास...? पळून मला दम लागा लागलाय... वायसं हाळू हाळू चाल की..."

आपल्याच गतीनं चालत संत्या म्हणाला,

"आगं बायऽऽऽ... आपल्या बरुबरची माणसं... गावात खेळ करत आसत्याली. कोण घराघराम्होरं मागत आशील. तीन वरसं झाली, आपुन हितं मागतुया... येका येका आळीतनं... धा धा येळा जातुया. भाकरीचा तुकडाबी मिळाचा न्हाय... लवकर जायाला पायजी..."

रंगी गप्पच पळू लागली. पळताना रमश्याची तारांबळ उडत होती. खेळाचं साहित्य सावरतच त्याला पळावं लागत होतं.

शहराच्या मध्यभागात थोडीफार गर्दी बघून, संत्यानं गळ्यातलं ढोलकं खाली ठेवलं. खांद्यावरची झोळी काढली. त्याबरोबर रमश्यानं आणि रंगीनं खेळाचं साहित्य उभ्यानंच खाली टाकलं. धाप लागल्यानं ती चिमुरडी पोर मटकन खाली बसली. जवळच बसथांबा होता. तिथं लोकांची बरीच गर्दी होती. शहरात, उपनगरात कामासाठी, खरेदीसाठी जाणारी येणारी माणसं बसची वाट पाहत थांबली होती.

संत्यानं खेळाचं सर्व साहित्य व्यवस्थित ठेवलं. जवळचाच एक मोठा दगड, रमश्याच्या मदतीनं ढकलत आणला. खेळ बघण्यासाठी गर्दी व्हावी म्हणून, तो ढोलगं वाजवू लागला. वाजविता वाजविताच म्हणू लागला.

"याऽऽऽ... याऽऽऽ! खेळ सुरू झालाऽऽऽ टकुऱ्याच्या केसाला बांदून दगूड उचलाचाऽऽऽ... बारक्या पोरांची कमालऽऽऽ... पळाऽऽऽ पळाऽऽऽ..."

तो मोठमोठ्यानं ओरडत ढोलगं बडवू लागला.

बसथांब्यावर उभी असलेली माणसं तिथंच थांबून, त्यांच्या खेळाकडं बघत होती. बस चुकली तर काय करायचं, या विचारानं ती तेथून हलत नव्हती आणि

त्या लोकांनी खेळ बघण्यासाठी यावं म्हणून संत्या मोठमोठ्यानं वाजवत ओरडत होता. जाणारी येणारी माणसं जाता जाताच नजर वळवून त्यांच्या खेळाकडं बघत होती आणि आपल्या कामासाठी जात होती.

बराच वेळ वाजवून आणि ओरडूनही लोकांची गर्दी होत नसलेली बघून, संत्या निराश झाला, तो पोरांना म्हणाला,

''रमश्याऽऽऽ... रंगेऽऽऽऽ उठाऽऽऽ... आणिक खेळ करा...'' थकलेली पोरं उठली. ढोलग्याच्या तालावर उलट्या सुलट्या उड्या मारू लागली. काही माणसं थांबत थोडा वेळ बघत आणि निघून जात. बसथांब्यावरीलही काही माणसं खेळाच्या ठिकाणी आली. गर्दी होत असलेली बघून संत्या म्हणाला,

''माय बाप... ही पुरगी आता... ह्या लोखांडाच्या कड्यातनं सूर मारील.''

असं म्हणून त्यानं वाजविण्याचं बंद केलं. गोल कडं हातात धरलं. रमश्या चिमुकल्या हातानं ढोलगं वाजवू लागला. ढोलग्याच्या ठेक्यावर म्हणू लागला.

असं मोठमोठ्यानं म्हणतच, तो तिला प्रोत्साहन देऊ लागला. रंगीनं झेप घेतली आणि संत्याच्या हातातील कड्यातून सूर मारला. ती दुसऱ्या बाजूला मुरुमाच्या खड्यावर पडली. तिच्या पायाला आणि कोपराला खरचटलं. वेदनांचे कढ गिळतच ती फाटक्या परकरानं रक्त पुसू लागली. तिच्याकडं बघून संत्याचं अंत:करण तीळतीळ तुटलं. पोटातील भुकेची आग विझविण्यासाठी त्याला आपल्या मायेचा गळा घोटावा लागत होता. तो तसाच बडबडत होता.

''माय-बाप... आता ह्यो पोरगा... पाय वर करून, हातावर चालीलऽऽऽऽ... पर खेळ बगून झाल्यावर... गरिबाच्या पोटाला पाच-धा पैसं द्या. लेकरं सकाळपास्न उपाशीच हायती... तुमच्या आशीरवादानं... त्येंच्या पोटाला आन मिळाचं हाय...''

संत्यानं, रमश्याकडील ढोलगं घेतलं आणि मोठमोठ्यानं वाजवीत म्हणू लागला.

''वाऽऽऽवाऽऽऽ बेटा वाऽऽऽ... त्वा हातावर चालऽऽऽ जमल्यालं मायबाप... तुज्या पोटाला देत्याती शब्बास बेटाऽऽऽ ऊट...''

असं म्हणून तो रमश्याला प्रोत्साहित करू लागला. रोजच्या अनुभवाने रमश्या होरपळून निघाला होता. काहीही केलं तरी माणसं पैसं देणार नाहीत, हे त्याला माहीत होतं. संत्या मात्र जमलेल्या लोकांची दयाबुद्धी जागृत करण्याचा प्रयत्न करीत होता.

रमश्या पाय सरळ वरती करून हातावर चालू लागला. संत्या जोरजोरानं ढोलगं वाजवू लागला. तेवढ्यात एक बस आली आणि खेळ बघणारी माणसं बसथांब्याकडं धावू लागली. बघता बघता गर्दी कमी झाली. बस गेल्यानंतर राहिलेल्या लोकांत चर्चा सुरू झाली. कोण म्हणत होता.

"काय विजेसारखी ही मुलगी चपळ आहे नाही का?"

तर दुसरा एखादा म्हणत होता,

"लहानपणापासूनच त्यांना कसरतीचे शिक्षण दिले जाते."

तर कोणी म्हणत होता.

"कष्ट करून खायला नको, म्हणून असं काही तरी करून भीक मागत फिरतात."

बसथांब्यावर प्रतिक्रिया उमटत होत्या. तिकडे पोरं शरीराला न पेलणारी कसरत करीत होती. गर्दी कमी झालेली बघून संत्याचं मन निराशेनं घेरलं. आपण इतका वेळ जीव तोडून ओरडतो आहे. पडत उठत पोरं कसरत करतात. या सर्व कष्टावरच पाणी पडलं. रोजचं असं होतंय. काही थोडीफार माणसं राहिली आहेत. ती पण जातील. या विचारानं तो गडबडीनं उठला आणि म्हणाला,

"माय बाप म्या आता... ह्यो दगूड... टकुऱ्याच्या केसाला बांदून उचलणार हाय... आमच्यावर दया करा... खेळ फुकट बगून... जाव नगाऽऽऽऽ."

रमश्या रागारागानंच ढोलगं वाजवीत होता. त्याला लोकांबरोबरच आपल्या जगण्याचाही राग येत होता. संत्यानं डोक्याचं पागोटं काढलं. केस भलतेच वाढले होते. खेळ करण्यासाठी उपयोगी पडतात म्हणून गोपाळ समाजातील इतर लोकांप्रमाणे त्यानंही केस कापले नव्हते. दाढी वाढली होती. गालफडाची हाडं वर आल्यानं त्याचा चेहरा विचित्रच दिसत होता. अंगावर ठिगळं लावलेला अंगरखा, पोत्याला सुतळीनं तुणावं, तसं त्याच्या धोतराला तुणलेलं, उपासमारीनं अशक्त झालेलं शरीर. त्याच्या अशा अवताराकडं बघून एकजण म्हणाला,

"हा काय दगड उचलणार...?"

संत्यानं केसांची गाठ गच्च आवळून दगडाला बांधली, रमश्या ढोलगं वाजवीत बापाला प्रोत्साहन देत होता.

"शाब्बासऽऽऽ! आताऽऽऽ... ह्योऽऽऽ गडी दगूड... उचलणारऽऽऽ माय.... बाप टाळ्या वाजवाऽऽऽ..."

फारच थोडी माणसं होती. त्यांच्यातीलही बऱ्याच जणांनी टाळ्या वाजविल्या नाहीत. संत्याचा हुरूप मावळला. ओठ गच्च आवळून तो केसानं दगड उचलण्याचा प्रयत्न करीत होता. केसाला ओढ लागली की, असंख्य वेदनांच्या छटा त्याच्या चेहऱ्यावर तरळत होत्या. नकळत अस्पष्ट किंचाळी त्याच्या तोंडातून बाहेर पडत होती. बघणाऱ्याला ती किंचाळी ऐकावयाला जाऊ नये म्हणून रमश्या मोठमोठ्यानं वाजवीत होता.

काही जण उशीर झाला म्हणून तेथून जाऊ लागले. तर काही जण बस आली म्हणून जात होते. संत्या जिवाच्या कराराने दगड उचलण्याचा प्रयत्न

करीत होता. त्यानं एक जोरदार हिसडा केसांना दिला. त्याबरोबर जीवघेण्या वेदनांनी त्याला व्याकुळ केलं. त्याला अंधारी आली. डोळं मिटून तो त्या दगडाशेजारीच कलंडला. रमश्यानं वाजविण्याचं बंद केलं. बापाजवळ गेला. घाबरून विचारू लागला,

"बाऽऽऽऽ... आरं... बाऽऽऽ... काय झालं...?"

दमून एका बाजूला बसलेली रंगी रडत रडतच बापाजवळ आली.थोड्यावेळानं संत्या उठला. त्यानं डोळं चोळलं. अशक्तपणा आणि जीवघेण्या वेदना त्यामुळं त्याला दगड उचलता आला नाही.

"या माणसाला काय दगड उचलत नाही. उगीच हे करतो आणि ते करतो म्हणतात आणि लोकांकडून पैसे काढतात."

असं म्हणत काहीजण तेथून जाऊ लागले. चार-पाच जणांनी जाता जाता पाच-दहा पैसे फेकले. निराश मनानं संत्या जाणाऱ्या लोकांकडं बघत होता.

दगडाला बांधलेली केसांची गाठ त्यानं सोडली. त्याला प्रचंड थकवा जाणवत होता. फाटक्या तुटक्या कपड्यांतील त्या दोन्ही पोरांनी खेळाचं साहित्य गोळा केलं. साहित्य एकत्र ठेवत रमश्या म्हणाला,

"म्या पयलंच सांगत व्हुतु... परं माजं न्हाय आयकलं... आसं रोज व्हुतया... तरीबी आपुन खेळ का करतुया..?"

थकल्या आवाजात संत्या बोलू लागला,

"त्येच्या बिगार काय कराचं...? दुसरं आपणास्नी येतंया काय...? न्हायतर जीव धोक्यात घालून... खेळ कराची का हौस आल्याया व्हय...?" भरल्या गळ्यानं रंगीनं विचारलं,

"बाऽऽऽ... तुला लय तरास झाला व्हय...? मग कश्याला दगूड उचललास..?"

संत्यानं तिला छातीशी कवटाळलं. तिच्या बालबोध प्रश्नानं, त्याचं अंत:करण भरून आलं. कण्हत, विव्हळत तो तिची समजूत काढू लागला.

"बाय... तुम्ही येवडा उशीर खेळ केला... पर कुणीसुदीक पैसा दिला न्हाय... म्हणून ह्यो दगूड उचलावा, लोकांकडनं पैसं मागावं आसा इच्चार केला व्हुता... आंगात ताकत न्हाय... दगूड उचलाचं जमलं न्हाय..."

त्यानं दीर्घ उसासा सोडला.

रमश्या म्हणाला,

"बा, आपुन जीव धोक्यात घालून... कसरत करतुया... लोकांम्होरं हात पसरतुया... तरीबी कोण पैसा देत न्हायती... त्या परास कसलं तर काम केल्यालं काय वाईट हाय. ह्येच्याम्होरं म्या तुज्याबरुबर खेळ कराला येणार

न्हाय... कुठंबी काम करीन..''

त्याच्या बोलण्यात निर्धार होता.

संत्या कसंबसं उठला. त्यानं ढोलगं खांद्याला अडकविलं. एका बाजूला झोळी अडकविली. रमश्यानं आणि रंगीनं खेळाचं साहित्य घेतलं. ते तिघेही पालाकडे जाऊ लागले. गावात फिरून भाकरीचं चार तुकडं मागायची इच्छाही संत्याला झाली नाही. तो आपल्याच विचारात घरची वाट तुडवू लागला. त्याच्या डोक्यात विचारानं थैमान घातलं होतं.

आपला पारंपरिक धंदा बुडाला, लोकांची करमणूक करून त्याच्या आधारावर जगण्याचं दिवस आता राहिले नाहीत. खेड्यात जगता येत नाही म्हणून शहरात आलो. येथेही तीच स्थिती झाली. आपल्या कलेला किंमत नाही. उद्या या पोरांचं काय होणार? जिवावर बेतणारी कसरत करूनसुद्धा लाचारीनं हात पसरण्यापेक्षा कुठं तरी काम करावं. आपल्या कामाचा मोबदला हक्कानं मागावा. तो आपल्याच विचारात चालत होता.

सायंकाळ झाली, दोन्ही पोरांसह संत्या पालाजवळ आला. त्यांच्या समाजातील तेथील सर्वच कुटुंबांना उपासमार सहन करावी लागत होती.

इमलीनं भंगार, प्लॅस्टिकचे कागद गोळा करून आणलेलं पोतं पालासमोरच ठेवलं होतं. तान्ह्या पोरीला पाजत ती संत्याची वाट बघत होती. तिच्या पोटाला काहीच नव्हतं. त्यामुळं त्या मुलीला पाजण्यासाठी दूध येत नव्हतं. आपल्या नवऱ्यानं काही भाकरी आणल्या तर त्या खाव्यात, तेवढंच पोरीसाठी दूध येईल या आशेनं ती शहराकडून येणाऱ्या वाटंकडं डोळं लावून बसली होती. संत्या आणि पोरं पालाजवळ आल्याचं बघून तिला आनंद झाला.

पालासमोर येताच संत्यानं खांद्यावरील ढोलगं खाली ठेवलं. थकल्या शरीरानं तो मटकन खाली बसला. पोरांनी खेळाचं साहित्य टाकलं. व्याकुळ झालेली पोरं पालासमोरच आडवी झाली. त्यांच्या स्थितीकडं बघून, खायाला काय आणलं, हे विचारण्याचं धाडस इमलीला झालं नाही.

संत्याच्या निराश, थकल्या चेहऱ्याकडं बघत, तिनं विचारलं,

''काय झालं वं? आजबी कायच मिळलं न्हाय का...?''

अगतिक स्वरात संत्या म्हणाला,

''न्हाय... आणिक ह्येच्याम्होरं खेळ कराचा न्हाय... कसलंबी काम करून जगू... उद्या कुठं काम मिळतंया का बगतू...''

असं म्हणतच तो उठला. त्यानं खेळाचं साहित्य पालाच्या एका कोपऱ्याला टाकून दिलं. ते पुन्हा न उचलण्याच्या निर्धारानं.

■

शिक्षण

दुपारचं ऊन्ह अंग भाजून काढत होतं. अशा उन्हातच शंकर आपल्या पोराला बेदम मारत होता. उघडानागडा सुभाष ठो... ठो... बोंबलत म्हणत होता.

''नग मारू रे बा... त्वा सांगील तसलं काम करतूऽऽ...''

शंकरनं हातातली काठी सुभाषच्या पाठीवर जोरात हाणली, सपऽऽऽ असा आवाज झाला. मारत मारतच तो म्हणू लागला.

''येवडा मोटा... झालाच... आजून तुला तिरंगायला... (चोरी करायला) येत न्हाय...! तुज्या येवडी पोरं बग... कशी तिरंगत्याती... त्वा नुसता जावून फिरून यितुयाच...''

तो जास्तच मारू लागला. सुभाष तापलेल्या फुफाट्यावर पडून माशासारखा तळमळू लागला. त्याच्या उघड्या पाठीवर वळ उठलं होतं. तापलेली माती त्याच्या अंगाला चटकं देत होती. ती मारहाण बघून सारजीचं अंतःकरण तीळतीळ तुटलं. ती उठली. तोंडावर आलेल्या केसांच्या बटा एका हातानं सारत, तिनं शंकरच्या हातातली काठी धरली. धरलेल्या काठीला हिसडा देत शंकर म्हणाला,

''आगं सोड ऽऽऽ! च्यार वरसं झाली... ह्येला मारतुया... कसं तिरंगायचं ती सांगतुया तर... आजून ह्येला नीट तिरंगायला येत न्हाय... उद्या पोटाला काय बिबं घालणार... हाय व्हय...?''

हातातली काठी खाली टाकून तो थोड्या सौम्य आवाजात बोलू लागला.

''आताच शिकला तर... च्यार पयसं मिळवील... त्याचं लगीन व्हुईल... न्हायतर कोण दिल ह्येला पुरगी...? येवडं येवडं मारलं न्हायतर बोंबला... लागलाय... उद्या तिरंगताना कुठं घावला म्हंजी... कसा मार खायाचा...?''

त्याचं बोलणं सारजीला पटत होतं. ती मधून मधून म्हणायची.

"व्हय... ते बी... खरंच... हाय... पर..."

सुभाष आईला चिटकून रडत रडत उभा होता. त्याचं अंग थरथर कापत होतं. शंकरनं त्याच्याकडं बघितलं आणि काळजीभरल्या आवाजात म्हणाला,

"ह्येला मार खायाची सव झाली न्हाय... तर... कुटंतर माराच्या भ्यानं समदं सांगील... आपुणच नव्हं... तर समदी जमात गोत्यात यील... आपणास्नी जातभाई वाळीत टाकील... कुणाला त्वांड दावाला याचं न्हाय..."

असं म्हणतच वज्यातल्या एका गठुळ्याला पाठ टेकून बसला. सारजी सुभाषच्या डोक्यावरनं हात फिरवत, समजावणीच्या सुरात म्हणाली,

"आवं... तुमचं समदं... खरं हाय... म्हणून लगीच कसं शिकील... लिकरू... यील की त्येला हाळूहाळू... आजून त्येचं वय ते केवढं हाय...? धा बारा वरसाचं पोर... किती मार खायील?"

सुभाषला आंघोळ घालावी म्हणून सारजीनं त्याच्या अंगातली फाटकी आंगराख काढली. मातीत लोळून त्याचं अंग पांढरं झालं होतं. अंगावर ठिकठिकाणी काठीनं मारलेलं वळ उठलं होतं. काही ठिकाणी रक्त येत होतं. माती त्यात शिरून, ते रक्त तिथंच चिटकून बसलं होतं. केसात माती भरली होती. दीन, केविलवाणा चेहरा वेदनेनं वेडावाकडा होत होता. त्याची ती अवस्था बघून सारजीला राहवलं नाही. शंकरकडं तिरस्कारानं बघत म्हणाली,

"केवडं मारलं गंऽऽऽ लेकराला...! बाप हायसा न्हवं. तुमी... त्याचा...! का कसाबाचं काळीज हाय... पोटात...?"

पोराचं पुढं कसं व्हुईल...? या चिंतेत असलेल्या शंकरला बायकोच्या बोलण्यानं भलताच राग आला. बायकोवर खेकसतच तो म्हणाला,

"लय मयाचा... पुळका यीवं देवं नगस... ह्ये शिक्सानंच तसं हाय..."

त्यानं आपल्या आवाजाची पट्टी बदलली. त्याच्या खवळलेल्या अवताराकडं बघून, सारजी घाबरली. सुभाष जास्तच आईला चिटकून बसला. बाप आता आपणा दोघांलाही मारणार या विचारानं, त्याच्या अंगाला कापरं भरलं. बायको आणि पोरगं घाबरलेलं बघून समजुतीच्या सुरात तो म्हणाला,

"त्याचं... म्होरं चांगलं व्हावं म्हणून म्या त्याला मारतुय... त्येला शिकवतुय... येकांद्या येळंला तिरंगायला नीट आलं न्हाय तर चालील... पर मार खायाला भ्या लागला म्हंजी कसं व्हुयाचं...? आजून ह्येला... पत्ती (ब्लेड) सुदीक नीट धराला येत न्हाय... कसं व्हुयाचं ह्येचं...?"

सारजीनं सुभाषला उठवलं. त्याला आंघोळ घालण्यासाठी बिऱ्हाडासमोर ठेवलेल्या दगडाजवळ आणलं. तो रडतच होता. त्याला बघून शंकर म्हणाला,

"आसा रडत बसू नगू... चल, साळगावचा आज बाजार हाय... म्या बी

यीतु... तुज्या बरुबर... हाजार येळा सांगून सुदीक आजून तुज्या डोस्क्यात येत न्हाय...''

त्याच्याकडं रोखून बघत त्यानं विचारलं,

''मग यीतुयाच का न्हाय...?''

सुभाषनं रडत रडतच मान हालविली. सारजीनं जरमनच्या पातेल्यात पाणी घेतलं आणि त्याला आंघोळ घालू लागली. शंकर आपल्याच विचारात गढून गेल्यासारखा बसला होता. सुभाषच्या अंगावर पाणी पडलं की, रक्त आलेल्या ठिकाणी चरचरत होतं. तो वेदनेनं विव्हळत होता. सारजी त्याला आंघोळ घालत घालतच समजावत होती.

''आरं... त्वा आता काय बारका न्हायीस... आतापास्नंच हात चालला तर म्होरं चांगला चालतू... त्वा आताच घाबरा लागलाच म्हंजी... म्होरं येकायेकी कसं तिरंगायला यील...?''

ती अंग घासून, अंगावर चिटकलेली माती काढत होती. आंघोळ घालून झाल्यानंतर तिनं लुगड्याचं फाटकं कापड आणलं. त्या कापडानं त्याचं अंग पुसत ती त्याला सांगू लागली.

''आपल्या वाडवडलांपास्नं ह्यो आपला धंदा हाय... त्यो केल्याबिगार आपणांस्नी जगाला याचं न्हाय... मार खावून त्वा तयार व्हावंच म्हणून तुजा बा तुला मारतुया... आज बाजारात गेल्यावर... तुजा बा काय सांगतुया... ती नीट आयकून घी... ध्येनात ठीव...''

वेदनांबरोबर ते उपदेशही पचविण्याचा सुभाष प्रयत्न करीत होता. आई सांगत होती ते तो लक्ष देऊन ऐकत होता. सारजीनं एका जरमनच्या फुटक्या ताटलीत थोडी हळद घेतली. त्यावर थोडंसं तेल आणि बरंचसं पाणी घालून, ती ताटली तीन दगडांच्या चुलीवर ठेवली. हळद कडवून झाल्यावर ती गरम गरम हळद जखमांवर लावताना सुभाष मोठ्यानं ओरडत होता. विव्हळत होता. त्याचं लक्ष दुसरीकडं जावावं आणि त्याच्या मनामध्ये हिम्मत निर्माण व्हावी म्हणून ती त्याला सांगत होती.

''आमी... सुदीक तुज्यापरास लय मार खाल्ला... तवा कुठं आमाला तिरंगायला येतंया... आमच्या पोटाला त्वा येकटाच हायीस... त्वा जर नीट शिकला न्हायीस तर उद्या तुज्या आणिक आमच्या पोटाला काय खायाचं...?''

सुभाषचं अंग ठणकत होतं. हळद लावून झाली होती. परंतु वेदना काही कमी होत नव्हत्या. त्यानं फाटकी वाकळ अंथरली आणि ठणकत असलेलं शरीर त्याच्यावर टाकलं. काही केल्या वेदना कमी होत नाहीत ते बघून तो विचार करू लागला. आपण तिरंगायला शिकलं पाहिजे. त्याशिवाय आपणाला

जगता येणार नाही. आईनं एवढं जीव तोडून सांगितलंय. हा मार तर रोज रोज कुठपर्यंत सहन करणार. तो विचारात गुरफटून गेला. त्याला ठणकणाऱ्या शरीराच्या वेदनाही जाणवत नव्हत्या. सारजीनं त्या तीन दगडांच्या चुलीवर ओल्या कच्च्या भाकरी केल्या. चटणी भाकरी वाढून तिनं सुभाषला उठवलं. शंकरनं आणि सुभाषनं आपापल्या विचारातच थोडी थोडी भाकरी खाल्ली.

साळगावच्या मध्यभागी आठवड्याचा बाजार भरत असे. आसपासच्या बऱ्याच खेड्यांतील लोकांना त्या भागातील तसा मोठा बाजार होता. खेड्यातील लोकं आठवड्यासाठी लागणारं अन्नधान्य, तेल, मीठ, कपडालत्ता त्या बाजारात घेत असत. लोकं शेळ्या, मेंढ्या, कोंबड्याही विकायला आणत असत. लोकांची गर्दी होत असे. शंकर व सुभाष बाजाराच्या वाटेनं चालत होते. तानगंला त्यांच्या जमातीची कुटुंबं राहिली होती. तानगंपासून सहा मैलाच्या अंतरावर साळगाव. ठणकणारं शरीर, उन्हाचा जोर यामुळं सुभाषची बापाबरोबर चालताना दमछाक हात होती. आनवाणी पायाला चटकं बसत होतं. त्यांच्या जमातीची पुरुष, बायका, तरुण, मुलं अगोदरच बाजारला गेली होती. रस्त्यानं कोण कुणाशी बोलत नव्हतं. उशीर झाला म्हणून शंकर गडबडीनं चालत होता. त्याच्या पाठोपाठ सुभाष जवळ जवळ पळतच होता. तो फारच मागं राहिला म्हणून शंकर थांबला. सुभाष जवळ येताच तो म्हणाला,

“आरं... वायसं गडबडीनं चाल की... पयलाच उशीर झालाय... त्यातच... आता जायाला आणिक येळ झाली म्हंजी... माणसं बाजार करत्याली... आणिक माणसांच्या किशातलं पयसं... खरचून झालं... म्हंजी त्वा काय... मोकळं खिसं... कापासाठी जाणार... हायीस...”

बापाचं बोलणं ऐकत ऐकतच सुभाष त्याच्या मागोमाग पळत होता. उन्हं कलली आणि ते दोघंजण बाजारात आले. माणसांची गर्दी झाली होती. बाजारातून चालता चालताच शंकरची नजर एका माणसावर स्थिरावली. त्याच्या सराईत नजरेनं सावज हेरलं. तो सुभाषला हळू आवाजात म्हणाला,

“येऽऽऽ... सुभाष्या ऽऽऽ... हिकडं यी...”

असं म्हणून तो जरा थांबला. सुभाष बापाच्या जवळ गेला. त्याच्या कानाशी लागून, एका विशिष्ट माणसाकडं हात करत, दबलेल्या आवाजात शंकर सांगू लागला.

“त्यो... माणूस... बगीतलाच का...? त्यो इजार आणिक निहरू आंगराख घातल्याला...” सुभाषनं त्या माणसाला निरखून बघितलं. तो बापाला म्हणाला,

“व्हय... बगीतला... चांगला... ध्येनात ठिवलाय...”

शंकरनं सुभाषला थोडं आडबाजूला नेलं. इकडं तिकडं कोण नाही याची खात्री करून घेतली आणि सांगू लागला. “त्यो... माणूस... सारका... सारका

आपल्या इज्यारीच्या खिशात हात घालतुया... हातानं खिसा... चाचपतुया... तवा त्येच्या खिशात... नक्कीच पयसं आसत्याली...''

सुभाषनं होकारार्थी मान हलविली. त्याचा चेहरा फुलला. पोराचा उत्साह बघून तो त्याला सांगू लागला.

''ज्यो माणूस... सारका सारका खिसा चाचपतुय... त्येच्या खिशात पयसं न्हायतर कसली तर वस्तू आसत्याया... हे पक्क ध्यानात ठिवाचं... आणिक त्येच्या जवळपास घुटमाळाचं पर त्येला संशय यीव द्याचा न्हाय...''

तो त्याला सांगत असतानाच समोरून दोन माणसं येत असलेली त्याला दिसली. त्यानं आपलं बोलणं बंद केलं. तो त्या माणसांकडं बघू लागला. माणसं आलेली सुभाषच्या लक्षात आलं. तो बापाकडं बघत राहिला. ते दोघंजण त्यांच्याजवळून पुढं गेले. जरा लांब गेले आहेत हे बघून शंकर परत आपल्या मुलाला समजावून सांगू लागला.

''गर्दी बगाची आणिक लगीच पत्ती माराची... पत्ती मारली आणिक माल हातात आला का ततं जवळपास थांबाचं न्हाय... त्या माणसाच्या ध्येनात याच्या आगुदरच ततनं लांब जायाचं...! न्हायतर फुकट मार खाशील...''

सुभाषनं नीट ऐकून घेतलं. त्याला घेऊन शंकर बाजारात आला. मघाशी दिसलेला माणूस कोठे आहे? ते शोधण्यासाठी त्याची नजर बाजारातील माणसांवरून भिरभिरायला लागली. थोड्या वेळातच त्याला तो माणूस दिसला. एका धान्य विकणाऱ्यासमोर तो माणसांच्या घोळक्यात उभा होता. तो सुभाषला म्हणाला,

''त्योऽऽऽबग... ततं हुबा ऱ्हायलाय... आता त्वा जा त्येच्या म्हागं... म्या तुज्या भवतनंच हाय.''

सुभाषनं उजव्या हाताच्या दोन बोटांमध्ये पत्ती घट्ट धरली. ती कोणाला दिसणार नाही याची पुरेपुर काळजी त्यानं घेतली. बापाचं ऐकून मनाचा त्यानं घट्ट निर्धार केला होता. तरीसुद्धा पत्ती धरलेल्या हाताला कंप सुटला होता. तो विजार आणि नेहरू शर्ट घातलेल्या माणसाकडं चालू लागला. त्या माणसाच्या आणि आपल्यामध्ये थोडं अंतर ठेवून तो त्याच्या भोवतीनं फिरत होता. विक्रेते आपला माल खपावा म्हणून ओरडत होते. ग्राहक कमी दरात वस्तू मिळाव्यात म्हणून प्रयत्न करीत होते. दंगा, आरडाओरड याला तिथं ऊत आला होता.

एका दुकानासमोर तो विजार आणि नेहरू शर्ट घातलेला माणूस थांबला. तिथंही लोकांची गर्दी झाली होती. सुभाष त्याच्याशेजारीच उभा राहिला होता. हातात पत्ती घेऊन पूर्ण तयारीनं. तो माणूस दुकानदाराशी काहीतरी बोलत होता. त्याचं लक्ष दुकानदाराकडं आहे असं बघून, गर्दीतच सुभाषनं तो चाचपत असलेल्या विजारीच्या खिशाला पत्ती मारली. डोळ्याचं पातं लवतं न लवतं

तोपर्यंत त्यानं खिशातला माल हातात घेतला. बरीच कागदं हाताला लागत होती. सुभाष तिथनं निघाला. थोडं पुढं गेल्यावर काय आहे...? ते न बघताच त्यानं तो माल आपल्या खिशात घातला. बऱ्याच नोटा सापडल्या या आनंदात तो बापाला शोधू लागला. थोड्या अंतरावर शंकर त्यालाच बघत उभा होता. सुभाष उत्साही, आनंदी चेहऱ्यानं आपल्याकडं येत असलेला बघून त्याचा चेहरा फुलला. जवळ येताच त्यानं विचारलं,

"काम झालं का रं...?"

सुभाषनं मानेनंच होकार दिला. दोघंही बाजार सोडून कोणी नाही अशा ठिकाणी गेले. सुभाषनं माल बाहेर काढला. जमिनीच्या खात्याचे सात-बाराचे उतारे आणि एक दोन महत्त्वाची कागदपत्रं होती. ते बघून सुभाषची निराशा झाली, त्याचबरोबर बाप आपणाला मारणार ह्याची भीती वाटू लागली. शंकर जरी निराश झाला होता, तरी पोरगं तिरंगायला शिकलं ह्याचा आनंदच त्याला जास्त झाला होता. निराश झालेल्या सुभाषला तो धीर देऊ लागला,

"वायीट वाटून घीव नगंस... येकदा तुला ही कला चांगली जमली का न्हाय... येकाच्या न्हायतर दुसऱ्याच्या खिशात माल घावील... चल आता दुसरा माणूस बघू..."

आपणाला आपला धंदा येतो आहे या उत्साहातच सुभाष बाजारात आला. दिवसभर दोघंजण बाजारात फिरत होते. दिवसभरात सुभाषला दोन माणसांचं खिसं कापण्यात यश आलं होतं. एकाच्या खिशात वीस तर दुसऱ्याच्या खिशात पंधरा रुपये मिळाले होते. ते पैसं त्यानं बापाकडं दिलं. शंकरने विचार केला, आता पोराला चांगलं तिरंगायला येतंय. त्याला शिकविण्यासाठी आपला दिवस गेला. आता आपणालाही कोण घावतंय का बघावं. या विचारानं तो म्हणाला,

"त्वा... आता येकटाच फिर... म्या बी बगतू... म्या सांगितल्यालं नीट ध्येनात ठीव... लवकर घरला यी... हात हालवतच यीव... नगंस..."

"व्हय..." म्हणत सुभाष बाजारातल्या माणसांच्या गर्दीत मिसळला.

तो इकडं तिकडं भटकू लागला. पण त्याला पाहिजे तसा माणूस त्याच्या नजरेला दिसत नव्हता. एखादा माणूस दिसला की त्याच्या पाठीमागं त्यांच्यातीलच कोणीतरी असायचं. त्यामुळं त्याला काहीच करता येत नव्हतं. वेळ बराच झाल्यानं तो भलताच वैतागला होता. दिवस मावळायला चालला तसा तो जास्तच बैचेन होऊ लागला. त्याला एक रुबाबदार कपड्यातला माणूस दिसला. भारी किमतीचा शर्ट आणि मलमलचं धोतर नेसलेला माणूस सारखा आपल्या शर्टाचा खिसा तपासत होता. छातीवरचा खिसा कसा मारावा, एवढं ज्ञान त्याला नव्हतं. मोकळ्या हातानं परत गेलं की, बाप नक्कीच मारणार. या विचारानं तो

त्या माणसाच्या जवळ जवळ घुटमळायला लागला. तो माणूस गर्दीत असताना, त्यानं त्या माणसाच्या खिशावर पत्ती मारण्याचं धाडस केलं. पण अचूक पत्ती मारायचं त्याला जमलं नाही. त्या माणसाचं लक्ष त्याच्याकडं गेलं, तसा तो माणूस ओरडला,

"आरं... खिसं कापू हाय... धरा... धरा... पोरगं हाय..."

तोपर्यंत सुभाष बाजूला झाला होता. माणसाअडून लपत छपत तो तिथून लांब जाऊ लागला, "कुठं हाय... केवडा हाय...?"

म्हणत माणसं इकडं तिकडं बघू लागली. बाजारातल्या लोकांची बघता बघता तिथं गर्दी जमली. दिवस मावळला होता. भामट्याच्या दुसऱ्या माणसांनी त्या गर्दीत, धांदलीत हात धुऊन घेतलं. कोणाचं खिसं रिकामं झालं तर कोणाचं घड्याळ बघता बघता लंपास केलं.

तानगंला भामट्याच्या दहा-अकरा कुटुंबाचा तळ होता. सर्वजण बाजारातून आले होते. कोणाला संधी मिळाली होती. चार पैशांची कमाई झाली होती. ते खुशीत होते. दोन-चार रुपयांची दारू पिऊन, साऱ्या रस्त्यानं बडबडत आले होते. येता येता मटण, मासळी घ्यायला पाहिजे म्हणून, ज्यांना थोडीफार कमाई झाली होती त्यांच्याकडून उसनवार पैसे घेऊन, बाजार करून आले होते. काही बायकांना एखादा दुसरा दागिना पळवायला मिळाला होता. सगळ्यांच्याच चुलीवर वशाट शिजत होतं. मटणाच्या, माशांच्या रश्श्याचा वास तिथल्या वातावरणात दरवळत होता.

सारजी काळजीत बसली होती. रात्र बरीच झाली होती. पण सुभाष अजून आला नव्हता. ती परत परत चितागती होऊन, नवऱ्याला विचारत होती.

"आवं... पोरगं... आजून... कसं आलं न्हाय... काय झालंय... कुणाला ठावं...?"

चिंतेच्या रेषानं त्याच्या चेहऱ्यावर जाळंच निर्माण केलं होतं. एक सुस्कारा सोडून शंकर म्हणाला,

"म्या लवकर यी... म्हणून सांगितलं होतं..."

आपल्याशीच बोलल्यासारखा तो बोलत होता.

"त्येचा हात चांगला बसला... व्हुता... म्हणूनच म्या त्येला येकट्याला सुडून आलू... पत्ती... मारताना घावना म्हजी झालं..."

ते ऐकून सारजीच्या काळजात कालवाकालव झाली. पोरगं जर घावलं तर... त्याला लय मारत्याली... सोडायचीसुद्धा न्हायती. या विचारानं तिची अस्वस्थता शिगेला पोहोचली. तीन दगडांच्या चुलीला काटक्या घालून जाळ लावत ती नवऱ्याला म्हणाली,

“आवं... वायसं... बाजाराच्या वाटनं तर जावा... लिकरू चुकून जायील...” ताडकन शंकर म्हणाला,

“याड... लागलंय का... काय तुला? पोरगं घावलंबिवलं असलं म्हंजी... ह्या समद्या लोकांस्नीच काय व्हुयील...? ती माणसं... मला सुदीक पडूस्तवर मारत्याली...”

जसजशी रात्र वाढत होती तसा शंकरचा धीर खचू लागला.

माणसं एका दुसऱ्याकडं जावून, आजची कमाई कशी केली ती सांगत होती. कोणी दारूच्या नशेत एखादं गाणं म्हणत होता. रात्रीची ठराविक वेळ झाली. म्हादबानं आपल्या घोगऱ्या आवाजात ओरडून विचारलं,

“समंदी आली का रं...?”

“व्हय” “व्हय” म्हणण्याचे आवाज ऐकायला येऊ लगाले. शंकर काळजीतच म्हणाला,

“आबा... आजून प्वार बाजारातनं घरला आलं न्हाय... त्येचं काय... झालंय कळत न्हाय...?”

त्या दहा-अकरा कुटुंबात त्याच्या बोलण्यानं स्मशान-शांतता निर्माण केली. सर्वजण काळजीनं गप्प बसले. म्हादबा हा त्या दहा-अकरा कुटुंबांच्या टोळीचा प्रमुख होता. वयानं सत्तरी ओलांडलेल्या म्हादबाच्या गाठीशी बरेच कटू अनुभव होते. अनेक वेळा त्यानं जनावरांसारखा मार सहन केला होता. त्याला या धंद्यातील खाचाखोचा चांगल्या माहीत होत्या. त्याच्या मुलाला आणि सुनंला चांगली कमाई झाल्यानं आज त्यानं थोडी जास्तच दारू प्यायली होती. त्याला आता दारूची तार चढायला सुरुवात झाली होती. पण शंकरनं मुलगा आला नाही असं सांगितल्याबरोबर त्याच्या डोक्यातली दारूची धुंदी नाहीशी झाली. त्याला होऊ घातलेल्या धोक्यानं वेढलं. आपल्या वाढलेल्या केसांच्या बटेला धरून, तिचा पिळा करत तो विचार करू लागला. गडबडीनं त्याच्या चेहऱ्यावरील हावभाव बदलत होते. तो घाबऱ्या आवाजात म्हणाला,

“आरं... त्या पोराला कुणी धरलं बिरलं का काय...?”

स्वत:शीच बोलल्यासारखं तो म्हणाला,

“तसं झालं तर... मग समद्यांचंच आवगड हाय...”

थोडा वेळ गंभीर चेहऱ्यानं त्यानं विचार केला. त्या दहा-अकरा कुटुंबांतील माणसांना उद्देशून गडबडीत म्हणाला,

“कुणी काय... माल... पयसा आनला आसला तर... दडवून ठिवा... त्या पोराला धरलं... आसंल... तर बारकं पोरगं... आपुण... ऱ्हायल्यालं ठिकाण सुदीक सांगील... माराच्या भ्यानं...”

भामट्यांच्या लोकांत धांदल सुरू झाली. हालचालीला गती आली. कोणी दागिनं आणलं होतं, ते ओझ्याखाली खड्डा खणून पुरू लागले. कोणी आणलेलं घड्याळ व इतर वस्तू तिथून काही अंतरावर खुणेच्या जागी लपवून ठेवू लागले. कोणी पैसे पुरून ठेवू लागले. प्रत्येकजण घाबरून गेला होता. घरातील वडीलधारी माणसं घाबरलेली बघून, लहान मुलं फाटक्या वाकळा अंगावर घेऊन, भीत भीत स्वत:ला दडवून घेऊ लागली. त्या लोकांना जेवणाचं भान राहिलं नाही. मटणाची, माशांची भगुली तोंड वासून तीन दगडांच्या चुलीवर बसून राहिली.

सुभाष भीत भीतच आपल्या पालाजवळ आला. पाखरांसारखी वाटंवर नजर लावून बसलेल्या सारजीला पालांपासून थोड्या अंतरावर उभा असलेला सुभाष दिसला. झपाटल्यासारखी ती जागची उठली आणि धावतच त्याच्याकडं गेली. अस्वस्थतेनं आणि पश्चात्तापानं हैराण झालेल्या शंकरला ती असं का एकदम उठून, गडबडीनं गेली ते लवकर समजलंच नाही. ती गेलेल्या दिशेनं त्यानं नजर टाकली. सुभाषला सारजीनं उचलून घेतलेलं त्याला दिसलं. त्याला गहिवरून आलं. सारजीनं सुभाषला पालात आणलं. त्याला खाली ठेवत ती रडत रडत म्हणाली,

"किती उशीर केलाचं रं...? आग लागली... त्या धंद्याला... जीव नुसता टांगणीला लागला व्हुता...!"

बापाकडं बघून सुभाष जास्तच भीत होता. आपण काहीच आणलं नाही, म्हणून बाप आपणाला मारणार, या विचारानं तो जास्तच आईला बिलगत होता. अंधारात ठेचा लागून त्याच्या पायाची बोटं फुटली होती. शंकर उठला. तो सुभाषजवळ गेला. बाप जवळ आलेला बघून तो जास्तच घाबरू लागला. शंकरनं त्याला पुढ्यात घेतलं. त्याच्या पाठीवरून, तोंडावरून, थरथरत असलेला हात फिरविला. दाटल्या गळ्यानं त्यानं विचारलं,

"का... रं... येवडा उशीर केलाचं?"

बापाच्या त्या प्रेमळ वागणुकीनं त्याच्यातील बरीच भीती कमी झाली होती. भीत भीतच तो सांगू लागला.

"त्या गर्दीतनं... कुणी बगू नी म्हणून... माणसामाणसाच्या आडनं... म्या बाजारातनं बाहीर जायाला बगत व्हुतू... माज्या काळजाचं पाणी झालं व्हुतं... लय घाबरलू व्हुतूं... त्यो रुबाबदार माणूस तर... खाऊ का गिळू असं... डोळं करून... हिकडं तकडं बगत व्हुता... त्या येळंला... आपल्यातली ततं कोण बी माणसं नव्हती... म्हागनं... ततं आली व्हुती का नव्हती... मला काय म्हायीत न्हाय... कसंतर बाजाराच्या बाहीर आलू.... गावातनं पळत... पळत... वड्याकडच्या येका देवळात बसलू... चांगली रात व्हतं पातूर... त्या... देवळातनं हाललूच न्हाय..."

तो जे झालं ते सांगत होता. त्याच्या प्रत्येक शब्दानं सारजीच्या अंत:करणाला पीळ पडत होता. सुभाष घरला आल्याचं तिथल्या सर्वांना लगेच समजलं होतं. प्रत्येकाचा जीव भांड्यात पडला. चुलीवरची भगुली उतरली. ज्यांनी ज्यांनी आपला माल, पैसा दडवून ठेवला होता. त्यांनी त्यांनी आणला. सुभाष सांगत होता.

"म्या लवकर... घराला येवावं... म्हणत व्हुतू... पर म्या कायच आणलं न्हाय म्हणून.... मार खायाला लागील ह्या भ्यानं... आलु न्हाय..." शंकर म्हणाला,

"आरं मग... भितुयाच कशा पाय...? त्येंच्या हाताततनं सुटून आलाच... ही काय थोडं न्हाय... त्वा आज... बरंच काय शिकल्यासारकं हाय..."

म्हादबा येऊन सविस्तर वृत्तांत ऐकून गेला. जीव मुठीत धरून बसलेली माणसं जेवून झोपी गेली. दुसऱ्या दिवशी सुभाष, दुसऱ्या गावच्या बाजाराला, हातात पत्ती घेऊन, नव्या जोमानं आणि आत्मविश्वासानं निघाला... सारजी आणि शंकर कौतुकानं त्याच्याकडं बघत होती...!

■

अभागी कमली

झोपडपट्टीचं दैनंदिन जीवन नेहमीप्रमाणे सुरू होतं. कोणी आपल्या झोपडीतील रडणाऱ्या मुलांवर खवळत होतं. कोणी थोडीफार दारू पिऊन बरळत होतं. तर कोणी पोटाची खळगी भरण्यासाठी काम मिळतंय का बघण्यासाठी शहरात जात होतं. नरसूनं कमलीला केसाला धरून, फरफटत आपल्या झोपडीतून बाहेर आणलं. तिचं केस हातात धरून, त्याला हिसडा देत तो तिला मारत होता. बापाच्या हातातून केस सोडवून घेण्याचा प्रयत्न करीत कमली रडत होती. चौदा वर्षांची कमली दररोज बापाचा मार सहन करून कंटाळली होती. रागानं नरसूचं पाय थरथर कापत होतं. खोल गेलेलं डोळं लाल झालं होतं. तिचं केस हातानं ओढून, चेहरा आपल्याकडं करत तो म्हणाला,

"जात्यायाचं का न्हाय... बोल...? तीन दिस झालं... येक सुदीक पायसा न्हाय माज्याजवळ... च्यार तुकडं मागून आणत्यायाच... तेवडंच पोटाला... पुरत्याती व्हय..."

असं म्हणतच त्यानं कमलीला ढकलून दिलं. कमली धाडकन खाली पडली. खालच्या दगडाचं टोक तिच्या पाठीत रुतलं, तसं कमली "आयऽऽऽ गंऽऽऽ..." म्हणून विव्हळली. ती हुंदकं देत देत रडायला लागली. नरसू जास्तच भडकला. खाली पडलेल्या कमलीच्या दंडाला धरून, तिला हालवत म्हणाला,

"म्या... त्या... शांता मावशीला सांगितलं होतं... कमलीला रोज नाचाला धाडतू म्हणून... आणिक च्यार-पाच दिस झालं... त्वा तकडं फिरकली... सुदीक न्हायीस व्हय...?"

तो तिला मारत असलेला बघून, जवळच्या झोपड्यांतील माणसं तिथं जमली. शेजारची भागूबाई तिरस्कारानं त्याच्याकडं बघत म्हणाली,

"आरं...ये... नरश्या... का मारतुयाच... रोज... रोज... त्या पुरीला...

परदी आरदीशी लिकरू हाय... रोज भाकरीचं तुकडं मागून आणून... तुला घालत्याया... दारूला पयसं देत न्हाय म्हणून.... तिचा छळ करतुय मुडदा...''

रोज नियमानं दारू पिणाऱ्या नरसूला दोन दिवसांपासून, दारू प्यायला पैसे नव्हते. तो बिथरल्यासारखा करत होता. भागूबाईच्या बोलण्यानं त्याच्या डोक्यात तिडीक उठली. आपला उजवा हात नाचवीत तो म्हणाला,

''ही... माजी पुरगी... हाय... तिला म्या मारू न्हायतर जित्ती... जाळू... तुमी कुणी पंच्याती... कराची न्हाय...''

आतापर्यंत बघत असलेला सिद्राम पुढं आला आणि म्हणाला,

''आरं बाप हायीस का... हायवान हायीस...? येकतर येवड्या मोठ्या पुरीला... भाकऱ्या मागाला लावून... दितुयाच... आणिक वर.. दारूला पयसं न्हायती म्हणून मारतुयाच...?''

नरसूनं जमलेल्या माणसांकडं रागानं बघितलं आणि म्हणाला,

''ही बगा... ही पुरगी... यीवडी यीवडी... हातायीवडी... सुदीक नव्हती... तवापास्न म्या तिला... संबाळलंया... हिची आय मेल्यावर... गावा... गावाला फिरून... भीक मागून... जगीवलंया... तुमी कोण आला नव्हता... संबाळाला... उगच हितं... उपदिश... करू नगा... जावा... आपल्याआपल्या घरला...''

रकमाबाई माघारी वळत म्हणाली,

''ज्येला काय कळत... न्हाय... त्येला सांगून... काय उपेग हाय... त्या पुरीकडं बगून वायीट वाटतंया...''

असं बडबडत निघून गेली. इतर माणसंही जाऊ लागली. कमली हुंदकं देत देत म्हणाली,

''बाबा... म्या... कसलंबी काम करती... सांजपातूर भाकऱ्या मागती... पर त्या शांताबायकडं तेवडं... जायाला सांगू नगस... लोक वायीट... नजरनं बगत्याती... काय वाटील ती... बोलत्याती...''

नरसू एकदम खेकसला.

''गप्प बस... लय श्याणी हू नगस... लोक काय तुज्या पोटाला आणून... घालत न्हायती...''

त्यानं आपल्या वाढलेल्या दाढीवरनं हात फिरविला. एकटक समोर बघत म्हणाला,

''आजपातूर... भीकच मागत आलू... काय मिळलं...? तर आज सुदीक पोटाला तुकडं मागून... आणाचं म्हटलं... तर... कोण येळंला तुकडा देत न्हाय...''

तो आपल्या तंद्रीतच बोलल्यासारखा बोलत होता. नजर स्थिर ठेवून त्याचे

विचार भूतकाळाचे एक एक पान उघडत होते.

सुंदरी, नरसू आणि तान्ही कमली या तिघांचंच कुटुंब गावोगाव फिरून, भीक मागून जगत होतं. त्यावेळी त्यांच्या कोल्हाटी समाजाची इतर कुटुंबंही बरोबर असायची. नरसूचा सुखी संसार बघून कित्येक जणांना त्याचा हेवा वाटायचा. नरसू ढोलकं वाजवायचा. सुंदरी पायात चाळ बांधून दारोदार नाचायची. त्या दोघांना सरत नव्हतं एवढं धान्य, भाकरी मिळायच्या. लाडानं, कौतुकानं ते दोघंजण कमलीला वाढवत होते. कमली एक वर्षाचीही झाली नव्हती. काळाने त्यांच्या सुखी संसारावर झडप घातली. सुंदरी आजारी पडली. कितीतरी देवाला नवसं केली. कोंबड्या बकऱ्यांचा बळी दिला. पण तिचा आजार कमी होत नव्हता. तिला कोणता आजार झाला होता ते कोणालाच समजले नाही. ती दिवसेंदिवस खंगत होती. नरसूचं मागण्यावरही लक्ष लागत नव्हतं. लहान मुलीला सांभाळायची जबाबदारीही त्याच्यावरच होती. तो देवदेवर्षी करत होता. शेवटी त्या आजारातच सुंदरी संसाराबरोबर त्याला आणि तान्ह्या पोरीला उघड्यावर टाकून निघून गेली. बायकोच्या निधनानंतर नरसूला हे जीवन भकास, उदास वाटायला लागलं. त्यानंतर तो आपल्या कोल्हाटी जमातीच्या लोकांबरोबर फिरत होता. तो त्यांच्यातीलच एखाद्या बाईला किंवा माणसाला सांगत होता,

"म्या गावात... जाऊन यीतू... पोटाला कायच न्हाय... येत पातूर... माज्या पुरीवर नजर ठिवा..."

कोणतर त्याच्या पोरीला घेऊन खेळवत असत. पोरीच्या ओढीनं तो लगेच परत येत असे. तो ढोलकं घेऊन एकटाच गेला की, त्याला सुंदरीची आठवण होत असे. मग मात्र त्याचं मागण्यावर लक्ष लागत नव्हतं. येतायेताच तो मिळालेल्या पैशातून बऱ्याच पैशाची दारू पिऊन येत होता. दारूच्या नशेतच पोरीला पुढ्यात घेऊन झोपत होता. त्याला अनेक वेळा विचार येत होता. आपण दुसरी बायको करावी. पण त्याला दुसरा विचार भेडसावीत होता. तुझ्या पदरात एक मुलगी आहे. तुला कोण देणार बायको? जरी त्यातून कोणी द्यायला तयार झाला तर भरमसाट पैसे मागेल. कोठून देणार तू पैसे? आपणाला पैसे मिळविले पाहिजेत. त्याशिवाय आपणाला बायको मिळणार नाही. एकतर आपल्या जमातीत पैसे देऊन, मुलगी देत नाहीत. मुलगी हीच जगण्याचं साधन असते. आपण आपल्या मुलीला नाचायला शिकविलं पाहिजे. अशा असंख्य विचारात त्याला कधी झोप लागली ते समजतच नव्हतं.

कमली दोन वर्षांची झाली. नरसू रोज तिच्या पायांत चाळ बांधून नाचायला शिकवीत होता. एक एक पाऊल ढोलक्याच्या तालावर उचलून टाकायला

लावत होता. रोज मागायला जाताना पायात चाळ बांधून, तिला आपल्या खांद्यावर घेऊन जात होता. एखाद्याच्या घरासमोर उभा राहून कमलीला खाली सोडत होता. ढोलकं वाजवून म्हणत होता.

"रंगू... बाजारला जाती ऽऽऽ... रंगू... बाजारला जाती ऽऽऽ... नाच... रंगू... नाचऽऽऽ..."

त्या ढोलक्याच्या तालावर कमली आपलं चिमुकलं पाय उचलून जमेल तसं आपटत होती.

"येवडंऽऽऽ... येवडं... लिकरू कसं... नाचतया बग..."

असं म्हणत बायका अर्धी, कोर भाकर, पसा मूठ धान्य देत होत्या. एखाद्या बाईला त्या लहान मुलीची कीव यावयाची. ती बाई कमलीला बसेल असा एखादा जुना फ्रॉक, चड्डी द्यायची. असं करत करत नरसू जगू लागला. मिळेल तो भाकर तुकडा खाऊन, जमा झालेले धान्य विकून, पैसे जमा करू लागला. कमलीचं वय वाढू लागलं. तसं नरसूची कमाई वाढू लागली. त्याचबरोबर त्याचं दारूचं व्यसनही वाढू लागलं. दारू पिऊन आला की, कमली त्याला म्हणायची,

"बाबा... रोज... रोज... त्वा दारू... का पितुयाच...?"

नरसू चेहऱ्यावर हसू आणत म्हणायचा,

"काय करत्यायाचं... सवच... झाल्याया... दारू पेल्याबिगार चैनच... पडत न्हाय..."

तो आपल्या पोरीला घेऊन एकटाच फिरत होता. त्याच्या जमातीपासून वेगळा वेगळा राहण्याचा तो प्रयत्न करू लागला. दारूच्या व्यसनामुळं त्याच्याकडं पैसे साठत नव्हते. पैसे मिळविण्याची त्याची हाव काय कमी होत नव्हती.

एके दिवशी तो सांगलीला आला. सांगलीच्या "रिमांड होम" जवळ असलेल्या झोपडपट्टीत आपलं बिऱ्हाड मांडलं. रोज तो कमलीच्या पायात चाळ बांधून, खांद्याला ढोलकं अडकवून सांगलीत मागायला जात होता. दारोदार कमली नाचत होती. तो ढोलकं वाजवत होता. भाकरीच्या तुकड्याबरोबर पाच-दहा पैसेही लोकं देत होते. त्याला रोज चार-दोन रुपये मिळू लागले. थोड्या दिवसांतच त्यांनी त्या झोपडपट्टीत आपली एक झोपडी उभी केली. झोपडपट्टीतील लोकांच्या ओळखी झाल्या होत्या. त्याला रोज एका गावाला संसार डोक्यावर घेऊन, फिरायचा कंटाळा आला होता. त्यापेक्षा एकाच ठिकाणी राहिलेलं चांगलं आहे, या विचारानं त्यानं तिथं झोपडी घातली होती. जमातीमधल्या लोकांपासून आपण दूर झालो ह्याचं त्याला समाधान होतं. एक तर जमातीमध्ये राहिलो तर आपल्या पोरीचं लग्न कोणाबरोबर लावून देण्यात जमात आपणाला

भाग पाडेल. त्या बदल्यात आपणाला काही पैसे मिळतील. पण किती दिवस पुरणार ते पैसे...? नंतर आपलं काय होईल? या विचारानं तो एकटा एकटाच फिरत होता.

झोपडपट्टीत गणपाशी त्याची फार मैत्री जमली होती. दोघंजणही नियमानं संध्याकाळी दारू पिण्यासाठी दारूच्या अड्ड्यावर एकत्र येत होते. एक दुसऱ्यांची परिस्थिती दारूच्या धुंदीतच सांगून जात होते. सुरुवातीला नरसूला रोज पैसे मिळत होते. परंतु रोज रोज त्याला एकाच गावात कोठून पैसे मिळणार? काही दिवसांनंतर तर त्यानं फक्त कमलीलाच मागायला पाठवून देण्यास सुरुवात केली. आणि आपण दारू पिऊन झोपडीत झोपून राहू लागला. कमलीनं आणलेलं भाकरीचं तुकडं खात होता आणि उधार दारू पिऊन येत होता. एका दिवशी पिता पिताच गणपानं त्याला सल्ला दिला.

“नरसू... तुला... येक.... माजा इच्यार सांगू का...?”

नशेतच नरसू म्हणाला,

“सांग... सांग... की...”

ग्लास तोंडाला लावून गणपानं रिकामा केला. पालथ्या हातानं तोंड पुसलं आणि म्हणाला,

“न्हाय म्हंजी... त्वा रोज पोरीला घिवून... गावात... जातुयाच... घराघराम्होरं नाचिवतुयाच काय मिळतंय तुला....?”

नरसूनं ग्लास खाली ठेवला, निराश चेहऱ्यानं म्हणाला,

“कुठलं काय मिळतंया... पयलं... पयलं... चार रुपयं मिळत व्हुतं... पर आता भाकरीच्या तुकड्याबिगार... कोण काय दिनाती...”

ग्लासात राहिलेली दारू एका दमात संपवून तो पुढं सांगू लागला.

“लोकांस्नीच जगाचं आवगड झालंया... तवा कोण देणार... ? म्हणून... म्या मागायला जायाचंच बंद केलंया...”

गणपानं बिडी काढली. ती तोंडात धरली. फर्रकन काडी ओढली. बिडी पेटवून एक झुरका मारला. तोंडातनं धूर सोडत तो म्हणाला,

“त्यापरास आसं केलं तर... रोज येका येका घराम्होरं नाचण्यापरास... कोठ्यावर नाचलं तर लोकं... पयसं घिवून दारात येत्याली...”

नरसू विचार करत होता. कोठ्यावर नाचायला पाठवून द्यावं का? आजकाल भीकसुद्धा कोण वाढत नाहीत. तो विचार करीत असलेला बघून गणपा म्हणाला,

“न्हाय म्हंजी...तुज्या पुरीला... नाचाची कला हाय... तवा भाकरीच्या तुकड्यासाठी नाचत फिरण्यापरास... पयशासाठी नाचल्यालं काय वायीट हाय...? रोजच्याला पाच पन्नास रुपय मिळीवशील...”

नरसूच्या डोळ्यासमोर पन्नास रुपयेच्या नोटा तरळू लागल्या. त्याला पैशाची हाव सुटली. ते दोघंजण तिथून उठून आपापल्या झोपडीत गेले. कमली मागून आणलेलं भाकरीचं तुकडं भगुल्यात घालून शिजवत होती. नरसू झिंगत झिंगतच म्हणाला,

"उद्या... आपणास्नी गावात जायाचं हाय..."

त्यानं शिजविलेलं वाळलं तुकडं कसंतर खाल्लं आणि आपल्याच विचारात झोपी गेला.

सकाळी उठल्यानंतर त्यानं तोंड धुतलं आणि कमलीला म्हणाला,

"चल गावात... काम हाय..."

तो पायात तुटक्या चपला अडकावून झोपडीतून बाहेर पडला. बाप ढोलकं न घेताच, झोळी न घेताच कसा निघाला आहे, आज बऱ्याच दिवसांतून त्याला का मागायला जाऊ वाटतंय... कमलीला काय कळत नव्हतं. ती म्हणाली,

"बाबा... आसं मोकळंच... कसं निगालायीचं... ढोलकं तर घी..."

नरसूनं रागानं तिच्याकडं बघितलं आणि म्हणाला,

"मागाला न्हाय जायाचं... दुसरं काम हाय चल..."

कमलीनं केसावरनं हात फिरविला. केसाचा बुचडा बांधला. ती बापाबरोबर निघाली. फाटक्या कपड्यातली कमली, बापाच्या मागं मागं चालत होती.

नरसू शांताबाईच्या कोठ्याजवळ येऊन थांबला. दोन मजली इमारतीच्या वरच्या मजल्याच्या गच्चीवर चार-पाच तरुण मुली दिसत होत्या. झोपेतून नुकतेच उठल्याने कोणी आळस देत इकडं तिकडं बघत होत्या. तर कोणी हातावर तंबाखूची मिश्री घेऊन दाताला लावत पचकन थुंकत होत्या. त्या मुलीकडं भांबावलेल्या चेहऱ्यानं बघत कमली बापाला म्हणाली,

"बाबा... हितं कश्याला... आलुया... ती बग... त्या पुरी... आपल्याकडं बगून... वरनं हासाला... लागल्यात्या... चल लवकर... म्हागारी जावू..."

नरसूनं डोळं वटारून तिच्याकडं बघितलं. आणि म्हणाला,

"त्वा गप्प बस... न्हायतर येक थोबाडीत मारीन..."

त्या इमारतीच्या दरवाजात वाकून बघत त्यानं हाळी मारली.

"शांता मावशी हाय का... घरात...?"

तो इमारतीच्या आत तर कधी वर उभ्या असलेल्या मुलीकडं नजर फिरवू लागला. एक जाडजूड बाई, अंगाला आळूकंपिळूकं देत, झोपेतून उठून त्यांच्याकडं येत म्हणाली,

"कोण हाय रं...?"

नरसूनं आपलं दोन्ही हात जोडलं.

चेहऱ्यावर लाचारी आणत म्हणाला,

''म्या नरसू हाय... गणपानं... तुमच्याकडं लावून दिलंय...''

शांताबाई आठवल्यासारखं करीत म्हणाली,

''हां... हां... गणपानं... लावून दिलंय... व्हय... त्यो मुडदा यीतुया... रोज...''

तिनं कमलीकडं बघितलं. फाटक्या कपड्यातली कमली रूपानं चांगली होती. तिच्यावर नजर खिळवून शांताबाई म्हणाली,

''ही कोण... हाय रं... पुरगी...?''

नरसू हात जोडून गडबडीनं म्हणाला,

''माजीच पुरगी हाय... कमली... आमी... कोलाट्याचं हाय...'' कमलीकडं बघत तो म्हणाला,

''हिला नाचाला सुदीक येतंया...''

शांताबाई विचार करत होती. ह्या मुलीला चांगली कापडं घातली, नटवून थटवून जर बारीला उभी केली तर पैशाचा पाऊस पडेल. त्यातच हिला नाचायला येतंय म्हटल्यावर आपणाला हिला शिकविण्याचा त्रास नाही. नजर कमलीवर स्थिर ठेवून ती म्हणाली,

''त्वा... जर... ह्या पुरीला... रोज नाचाला लावून... दिलंच... तर तुज्या... आयुकश्याच सोनं हुईल... त्वा बगितलं न्हायती... येवडं पयसं... तुला बगाला मिळत्याली...''

नरसू लाचार हसू चेहऱ्यावर आणीत हात जोडून म्हणाला,

''तसं... झालं तर... तुमचं लय... उपकार व्हुत्याली... म्या तिला... उद्यापास्नंच लावून... दितु... नाचाला...''

कमलीच्या कपाळावर आठ्या पडल्या होत्या. बापाकडं आणि शांताबाईकडं तिरस्कारानं तिनं बघितलं. आपण काहीतरी बोलावं म्हटलं तर बाप इथंच आपणाला मारेल या भीतीनं ती खाली मान घालून उभी राहिली. नरसू पाठीमागं वळत म्हणाला,

''मावशी... आमी निगतू... उद्याच्याला हिला लावून दितू...''

शांताबाईनं नक्षीचं पाकीट काढलं. त्यातून दहा रुपयेची नोट काढून, त्याच्याकडं देत ती म्हणाली,

''ही घी... तुला च्या पाण्याला व्हुईल...''

अधाशासारखं नरसूनं ती नोट जवळ जवळ हिसकावूनच घेतल्यासारखी घेतली. तो तिथून निघाला. त्याच्यापाठोपाठ कमली चालू लागली. नरसूला भलताच आनंद झाला होता. बरेच दिवस त्याला दारू प्यायला मिळाली नव्हती. आज त्याला पोटभर दारू प्यायला मिळणार होती.

कमली झोपडीच्या दारात बसली होती. हुंदकं देत ती रडत होती. विखुरलेल्या केसांच्या बटा चेहऱ्यावर लोंबत होत्या.

माणसं कधीच आपापल्या कामाला निघून गेली होती. नरसू तिच्या अंगावर जात खवळून म्हणाला,

"आशी रडत बसू... नगसं....चल.... तुला... शांतामावशीकडं सुडतू..."

कमलीनं रागानं त्याच्याकडं बघितलं ठाम निर्धारानं ती म्हणाली,

"म्या... त्या.. शांतबायकडं जाणार न्हाय..."

नरसूचा राग अनावर झाला. श्रीमंत होण्याचं स्वप्न धुळीला मिळालं असं त्याला वाटू लागलं. दारूच्या पैशाचा प्रश्न 'आ' वासून त्याच्यासमोर उभा राहिला. थरथरत्या हातानं फडाफडा कमलीला मारण्यास त्यानं सुरुवात केली. कमली बोंबलू लागली. तो तावातावानं म्हणाला,

"कशी जात न्हायीस बगू..."

असं म्हणतच त्यानं कमलीच्या दंडाला धरलं आणि ओढत घेऊन जाऊ लागला. कमली आढेवेढे घेत होती. हातापाया पडत होती. परंतु नरसूवर त्याचा काही परिणाम होत नव्हता. त्याच्या डोळ्यांसमोर नोटा तरळत होत्या. शेजारच्या झोपडीतील माणसं, कमलीला घेऊन जात असलेलं बघून तळमळत होती. कोणी म्हणत होतं,

"पुरीच्या आयुकश्याचं. वाटूळंऽऽऽ झालं..."

तर कोणी म्हणत होतं, "जलमाला घालणाराच... तिच्या... जीवनाचं वायीट करा लागलाय..."

नरसूनं कमलीला मारत, ओढत शांताबाईच्या कोठ्यावर आणलं. दिवस मावळतीकडं झुकला होता. कोठ्यावर रात्रीच्या बारीची तयारी करण्याच्या विचारात बायका बसल्या होत्या. शांताबाई पानपुडा समोर ठेवुन चार चार पानांच्या जुडग्याला चुना लावत होती. तिनं पानपुड्यातील बरीच सुपारी तोंडात टाकली होती. ती चघळत चघळत तिनं चुना लावलेला पानाचा जुडगा तोंडात कोंबला. वरून थोडा कात टाकला.

नरसूनं ढकलतच कमलीला तिच्याकडं आणलं. कमलीला तिच्याकडं ढकलत तो म्हणाला,

"मावशी... हिला रातबर सुडू नगा... पयसा म्हागं लागलाय... तर ही... तुकडं मागत फिरा लागल्याय... म्या उद्याच्याला यीतु..."

शांताबाईनं त्याला दहा रुपये दिले. तो खुषीत परत जाऊ लागला. कमली शांताबाईच्या पुढ्यात पडली होती. मारून, मारून तिचा चेहरा सुजला होता. रडून रडून डोळे लाल झाले होते. भीतीनं ती थरथर कापत होती. हिच्या

जीवनाचं आता वाटोळं होणार...? म्हणून कोण सहानुभूतीनं बघत होती. तर आपल्यात वाटणीला आली म्हणून कोण तिरस्कारानं बघत होती.

कोठ्यावरील एका खोलीत कमली रडत बसली होती. विचार करून करून ती थकली होती. तिला कोणताच निर्णय घेता येत नव्हता. आपण पळून जावावं का? कसं जाणार...? कुठं जाणार...? घरला गेलं तर बाप आपणाला मारणार. परत इथंच आणून सोडणार? त्यापेक्षा आजची रात्र मनावर दगड ठेवून काढावी. तिनं आपलं डोकं दोन्ही हातानं ग़च्च धरलं. डोळ्यासमोर अंधारी मारतेय तिला वाटू लागलं. शांताबाई त्या खोलीत आली. ती आपल्याच विचारात गढून गेलेली बघून, ती तिच्याजवळ बसली. तिच्या पाठीवर तिनं हात ठेवला. तिच्या स्पर्शानं कमलीची विचारशृंखला तुटली. तिनं मान वर करून बघितलं. हसऱ्या चेहऱ्यानं शांताबाई तिच्याकडं बघत होती. कमलीला रडू आवरेना. ती रडत रडत म्हणाली,

"मावशी... मला जावं द्या... माजा बाप... पयसं मिळलं म्हंजी... मला इकाला सुदीक कमी करणार न्हाय..."

तिच्या पायाकडं हात नेत ती म्हणाली,

"म्या... तुमच्या पाया पडती... माज्यावर दया दाकवा..."

शांताबाईनं तिच्या पाठीवरून हात फिरविला. तिला थोडं शांत होऊ दिलं. तिचं डोळं पुसत ती म्हणाली,

"ही बग, त्वा नवीन हायीस... म्हणून आसं बोलत्यायाचं... ही मला कळतंया... पर तुला आजून ठाऊक न्हाय... आजच्या जगात जगाचं... आशील तर... नाटकं करूनच जगाला... पायजी... खऱ्यापणानं कोण... दारात सुदीक हुबा करत न्हाय..."

आपल्या बोलण्याचा तिच्यावर काय परिणाम झालाय हे बघण्याकरिता क्षणभर ती थांबली. तिच्या चेहऱ्याकडं निरखून बघितलं आणि सांगू लागली.

"म्या बी... तुज्यागत... खेड्यातनचं हितं आली..."

आपला भूतकाळ आठवत ती आपल्याच विचारात बोलत होती.

"आसंच... तुज्यागत माज्या मामानं मला हितं... आणलं... कोण सुदीक जवळ यीवं... देत नव्हतं.. म्या नाचाला शिकली... तवा नोटा घिवून... माणसाची रीग... लागली... तशीच हितं तुज्या पायात लक्ष्मी यील... त्वा दिसाला चांगली हायीस... तुला नाचाला बी येतंया..."

ती खिन्न मनानं ऐकत होती. शांताबाईनं तिथं बसूनच मोठ्यानं हाक मारली.

"आगं येऽऽऽ येमना... जेवणाचं ताट आण..."

कमली खाली मान घालून बसून होती. थोड्या वेळानं ती तरुणी जेवणाचं ताट घेऊन आली. हॉटेलमधून आणलेलं जेवण. विविध पदार्थ ताटामध्ये होते. समजायला लागल्यापासून हातात ताट घेऊन पायात चाळ बांधून नाचत भाकरीचं तुकडं आणि बाद झालेली भाजीच आजपर्यंत तिला खाण्यास मिळाली होती. आता तिच्यासमोर विविध पदार्थांनी भरलेलं ताट होतं. परंतु तिची भूकच नाहीशी झाली होती. तिला त्या ताटाकडे बघण्याची इच्छाही होत नव्हती. शांताबाईनं बळजबरीनं तिला चार घास चारले. त्यानंतर दोन मुलींना बोलवून घेऊन, तिला आंघोळ घालण्यास सांगितले. मेल्या मनानं कमली सांगेल त्याप्रमाणे करत होती. तिला आंघोळ घातली, तिचे केस विंचरले. तोंडावर पावडरीचा मळवट भरला. तिच्या कपाळावर गंधाची टिकली कोरून लावली. एक चांगली साडी नेसवली. जन्मत:च सुंदर असलेलं तिचं रूप अधिकच सुंदर, मोहक दिसू लागलं. तिच्याकडं बघून शांताबाईला क्रूर आनंद झाला. तर इतर मुलींना हेवा वाटायला लागला.

रात्रीचे आठ वाजले होते. गाणी ऐकणाऱ्या नाच पाहणाऱ्या शौकीन लोकांची संख्या एका एकाने वाढत होती. बैठकीला सुरुवात झाली होती. शांताबाईनं कमलीला एका बाजूला बसविलं होतं. घाबरून, कावऱ्याबावऱ्या नजरेनं ती जमलेल्या माणसाकडं एखादी नजर टाकून, मान खाली घालून आपल्याच विचारात बसत होती. नेहमीचं गिऱ्हाईक कमलीकडं बघत शांताबाईला विचारत होतं,

"ही मुलगी कोण...? आणि तिला असं कोपऱ्यात का बसविलंय...?"

शांताबाई तोंडात पान कोंबून, पसरट हसत, अभिमानानं सांगत होती.

"नवा... माल हाय सायेब... म्हणून लाजा... लागल्याय... हितनं पुढं... म्हंजी उद्यापास्नं ती हितं नाचाची हाय..."

शांताबाईला आज तिला मुद्दाम नाचवायचं नव्हतं. उद्या परत येणार नाही म्हणून. ती थोडं दमानं घेत होती. बैठकीतील बरेचजण कमलीकडे पाहात होते. तिचं कोवळं वय, लुसलुशीत चेहरा, गोरा रंग आणि शांताबाईनं तयार केलेलं कृत्रिम सौंदर्य बघून, बघणाऱ्याच्या वासना भडकत होत्या. बैठकीला आलेला एक माणूस म्हणाला,

"शांता मावशी... माल चांगला आणलाय... येथून... पुढं आम्हांला दररोज यावं लागणार असं दिसतंय..."

असं म्हणत तो तिरक्या नजरेनं कमलीकडं बघू लागला. त्याची विषारी नजर कमलीच्या काळजाच्या चिंधड्या करून गेली. ती स्वत:ला जास्तच आकसून घेऊ लागली. शांताबाईच्या चेहऱ्यावर गुलाल उधळल्यासारखा आनंद

उधळत होता. तिनं मधाळ सुरात कमलीला सांगितलं,

"आगं.... ये... कमला... सायबास्नी पान दी.. ऊट लवकर.."

तिच्या अंगावर भीतीचा काटा उभा राहिला. उठण्याचं धाडस तिचं झालं नाही. ती तशीच बसून राहिलेली बघून, शांताबाई करड्या आवाजात म्हणाली,

"कमला... म्या काय सांगत्याय...?"

भेदरलेल्या अवस्थेत कमली उठली. तिचं पाय लटपटायला लागलं. सर्वांगाला कापरं भरल्यासारखं झालं. थरथरत्या हातानं तिनं पानपुडा उचलला. मान खाली घालून ती एका एका माणसाला पान देऊ लागली. पानं घेता घेता कोणी तिचा हात दाबत होता. तर कोणी चिमटा काढत होता. कमलीचं अंत:करण आक्रोश करत होतं. हात दाबला की, सर्रकन भीतीची कळ तिच्या सर्वांगातून येत होती. गडबडीनं तिनं जमलेल्या लोकांना पान दिलं. पानपुडा ठेवला. शांताबाईनं तिच्या चेहऱ्यावरून दोन्ही हात फिरविले. कमली भंगलेल्या मन:स्थितीत एका बाजूला बसली. इतर सराईत बायका, तरुण मुली, तबला, पेटीच्या तालावर गाऊ लागल्या. नाचायला लागल्या. आपल्या आवडीचं गाणं म्हणावं म्हणून माणसं, पैसे देऊन एखाद्या तरुण मुलीला किंवा प्रौढ बाईला गाणं म्हणून नाचावयास सांगत होती. त्याच्या आवडीच्या गाण्याच्या दोनतीन ओळी म्हणून त्या बायका, तरुणी गाणं संपवीत होत्या आणि पैसे उकळत होत्या. बैठकीतील माणसं क्रूर आनंदानं बेहोष होत होती. पैसे उधळले जात होते.

एखादी बाई किंवा तरुण मुलगी एखाद्या माणसाजवळ जाऊन आपल्या शरीराचं बीभत्स प्रदर्शन करून पैसे मिळवीत होती.

कमलीचं लक्ष मात्र यापैकी कशाकडेच नव्हतं. विचारांचे असंख्य किडे तिच्या डोक्यात वळवळत होते. आपण आपल्या जीवनाचं स्वप्न कसं फुलविलं होतं? आपल्या संसाराचं स्वप्न? पण ही सर्व स्वप्नं ही स्वप्नंच राहिली. आजची अवस्था काय आहे? सगळ्या स्वप्नांची आपल्या डोळ्यांसमोर होळी होतेय आणि त्या आगीत आपलं जीवन जळतंय. तिला विचार करणंसुद्धा असह्य होऊ लागलं. रात्री बऱ्याच उशिरानं बैठक संपली. आलेली माणसं नाचगाण्याच्या धुंदीतच निघून गेली. शांताबाई कमलीला झोपण्यासाठी घेऊन गेली. रात्रभर कमली विचार करीत होती.

सकाळी कमली उठून बसली. जागरणाने तिच्या डोळ्यांत आग पडत होती. ती वारंवार आपलं डोळं चोळत होती. कमली उठलेली बघून शांताबाई गडबडीनं उठून बसली. नेहमीच्या सवयीमुळे इतर बायका झोपल्या होत्या. शांताबाईनं एका बाईला उठविलं. तोंड धुण्यासाठी कमलीला पाणी देण्यास सांगितलं. ती बाई पाणी घेऊन आली. काहीच करण्याची कमलीची इच्छा

नव्हती. ती बाई म्हणाली,

"येऽऽऽ त्वांड धू..."

बळजबरीनं कमली उठली. ती बाई तिथंच उभी होती. कमली तोंड धुवायला लागली. त्या बाईनं इकडं तिकडं बघितलं आणि हळू आवाजात म्हणाली,

"आगं... त्वा कश्याला... ह्या नरकात... पडत्यायाचं... हितल्या बायका.. आयुष्यातनं... उटल्याल्या असत्यात्या... त्येनांस्नी संसार नसतुया... घर नसतंया... आयचं नातं नसतंया... भावल्यासारकं... मालकीन सांगिल तसं नाचाला लागतंया... कुणी बी यावं...आणिक... त्येनांस्नी वापरावं... येकदा ह्येच्यात आडकलं... का... ह्यातनं सुटका न्हाय..."

पुढचं बोलण्यासाठी तोंड उघडलं होतं तोपर्यंत शांताबाई तिथं आली. त्या बाईनं गडबडीनं पाण्याची बादली उचलली. कमलीचं तोंड धुऊन झालं होतं. तिला खोलीत घेऊन जात जात तिनं गच्चीवरून दारात नजर टाकली. त्या कोठ्याचे दोन आडदांड शरीराचे रक्षक बसून गप्पा मारीत होते. तिनं समाधानाचा सुस्कारा टाकला. खोलीत आल्यानंतर तिला पावडर लावण्यासाठी तिनं दिली. कमली म्हणाली,

"मावशी... म्या आता... सांच्याला यीती... लवकर जायीना म्हंजी... बाप लय मारतुय..."

शांताबाईनं वीस रुपयांची नोट काढली. तिच्याकडं देण्यासाठी, हातात धरून म्हणाली,

"ही घी... खरचाला येत्याली... रातच्याला मातूर न इसरता यी.."

कमलीनं त्या नोटेकडं बघितलं. तिच्या चेहऱ्यावर नकळत भेसूर हास्य झळकलं. तिनं ती नोट घेतली आणि अंगावरची साडी न काढताच तेथून बाहेर पडली. कधी एकदा तो कोठा सोडावा असं तिला झालं होतं. तिला अंगावरची साडी काढण्याचं भानच राहिलं नाही. ती झोपडपट्टीकडं चालू लागली. आपल्याच विचारात भरकटत.

कमली झोपडपट्टीत आली. तिला समोरून येत असलेली बघून, तिथल्या बायका, माणसं मान वळवून परत जाऊ लागली. कोणीतरी पोरगं ओरडलं.

"आली... बग... रातबर... कमाई करून..."

कमलीचं अंत:करण दुभंगलं. ती समोर आली का अशुभ मानून माणसं परत फिरत असलेली बघून, कमलीनं तोंडावर पदर घेतला. कसंतर तोंड लपवीत ती आपल्या झोपडीत शिरली. नरसू तिची वाट बघत होता. ती झोपडीत गेल्या गेल्या तो म्हणाला,

"किती पयसं... दिलं शांता मावशीनं...?"

हातात असलेली वीस रुपयेची नोट तिनं तिरस्कारानं बापाकडं फेकली. त्या नोटेवर झडप घालत नरसू तिथनं उठला आणि दारू पिण्यासाठी निघाला. त्याची पैशाची हाव वाढू लागली. कमलीनं थोडा वेळ झोपडीत निरखून बघितलं. अनेक ठिकाणी तणसं उडून गेलं होतं. ती आपल्या विचारात स्वत:ला हरवून बसली. बराच वेळ विचार केल्यानंतर ती उठली. झोपडीच्या बाहेर आली. ती बाहेर आलेली बघून, माणसं आपापल्या झोपडीत जाऊ लागली. झोपडपट्टीतील तरुण मुलं, वेगळ्या नजरेनं तिच्याकडं बघू लागली. तिनं झोपडीकडं बघितलं. ती झोपडी तिच्याकडं बघून विकट हास्य करीत असल्यासारखी तिला दिसली. लोकांच्या नजरा चुकवत स्वत:ला लपवत ती झोपडपट्टीतून बाहेर पडली.

दिवसभर कमलीचा कोठे पत्ताच लागला नाही. झोपडपट्टीतील कोणी तिला शोधण्याचा प्रयत्नही केला नाही. रात्र झाली तेव्हा मात्र नरसू शांताबाईच्या कोठ्यावर जाऊन आला. तिथंही कमली नव्हती. कुठं गेली म्हणत नरसू रात्री परत आला. सकाळी सकाळीच सर्व सांगली शहरात वर्तमानपत्रांतून एक बातमी वाऱ्यासारखी पसरली, "एका तरुणीने कृष्णा नदीत आत्महत्या केली. अद्याप त्या तरुणीची ओळख पटली नाही..."

अस्वलाचा खेळ

सकाळी उठल्यानंतर सवयीनुसार कमल्यानं तीन दगडांच्या चुलीतली चिमूटभर राख उचलली, दातांवरून उभी आडवी बोटं फिरवून, मातीच्या घागरीतलं पाणी एका जरमनच्या तांब्यात घेतलं आणि खळाळून चूळ भरली. पाण्याचा हात तोंडावरून फिरविला. धोतराच्या सोग्यानं खसाखसा तोंड पुसलं. फाटक्या वाकळंत हातपाय पोटाशी घेऊन पडलेल्या नरश्याकडं बघत त्यांनी हाक मारली,

"आरं... ये... उट की... दिस... उगवून कासराबर वर आलाया... पोटाला खायाला आनं नगू व्हय...?"

नरश्या धडपडून उठला. वाकळंत अडकलेला पाय काढला. अंगाला अळूकंपिळूकं देत म्हणाला,

"हं... चल... म्या काय... काय... घीवं ती सांग..."

मागायला जाण्याच्या तयारीत असलेल्या बापाकडं बघून गडबडीनं तो बोलून गेला. खेळ करण्यासाठी लागणारं सामान झोळीत भरत कमल्या डाफरला.

"आरं... आसंच... मुसऱ्या तोंडानं येणार हायीस व्हय...? त्वांड धू... म्हंजी झोप तर जायील..."

कुपवाडच्या चावडीसमोर त्यानं आपलं बिऱ्हाड मांडलं होतं. गावातल्या हातपंपावर गर्दी झाली की, आपणाला कोण पाणी पिऊ देणार नाही या विचाराने सुगरी उठल्या उठल्या जरमनचं फुटकं भगुलं घिवून पाणी आणायला गेली होती. नरश्यानं गडबडीनं तोंडावर पाणी मारलं. वाकळलाच तोंड पुसलं. दोन वर्षांची लहान पुरगी उठून रडायला लागली. कमल्यानं आरशीला उठवलं. सहा वर्षाची आरशी डोळं चोळत त्या लहान पुरीला घेऊन बसली. सुगरी पाणी घेऊन आली. फुटक्या भगुल्यातनं पाणी झिरपून झिरपून ती भिजून चिंब झाली होती. कमल्यानं अस्वलाच्या गळ्यातील साखळी व्यवस्थित असल्याची खात्री

झाल्यावर अस्वल सोडून, साखळी हातात धरली. झोळी खांद्यावर टाकत तो नरश्याला म्हणाला,

"त्वा... ती... टुपली आणिक काठी घी..."

साखळीला जोराचा हिसडा दिला तसं अस्वल चिरकलं. त्यानं जागा सोडली. दिवसभर मार सहन करून करून थकलेल्या अस्वलानं पुढचे, मागचे पाय ताणून आळस झटकला. कमल्या बायकोकडं बघून म्हणाला,

"आमी गावात जावून यीतु... लगीच म्हागारी येणार हाय... कायतर मिळील पोटाला... रातच्याला बी.. पोरास्नीच्या पोटाला काय नव्हतं... च्यार वाळलं तुकडं खावून... पाणी... पिवून लेकरं झोपल्याती..."

लहान पोरीकडं प्रेमानं बघत त्यानं सूचना केली.

"तान्या लेकराकडं नजर ठीव..."

नरश्यानं वेळूच्या कामट्यानं विणलेली लहानशी पाटी आणि दुसऱ्या हातात जाडजूड काठी घेतली. सुगरीनं त्या बारा-तेरा वर्षाच्या पोराकडं कौतुकानं बघितलं. काळजीनं भरलेल्या सुरात ती म्हणाली,

"नरसू... जितराप... नवंच हाय... तवा वायसं... जपूनच ऱ्हा... न्हायतर न्यारीच बिलामत... याची..."

नरश्यानं गुर्मीतच हातातली काठी वर उचलली आणि म्हणाला,

"मला काय करतंया ते... हीऽऽऽ यीवडी मुटी... काटी हाय... हातात... त्वा काळजी करू नगस..."

परंतु तिचं अंत:करण गप्प बसत नव्हतं.. नरश्याच्या डोक्यावरून, पाठीवरून हात फिरवत ती म्हणाली,

"तुमी बी वायसं लेकरांकडं ध्यान द्या... त्या जनावराला सव न्हाय... म्हणून काळजी वाटत्याया..."

जनावर नवीन आहे याची कमल्याला जाणीव होती. त्याबाबतीत त्यालाही शंका होतीच. दोन-तीन दिवस सलग तो त्या अस्वलाला शिकवीत होता. अस्वस्थ मनानेच त्यानं होकार दिला. तो तिथून निघाला. त्याच्या पाठोपाठ साखळीला हिसकं देत अस्वल चाललं. त्याच्यामागून काठी आणि पाटी घेऊन नरश्या चालला. विचार करीत करीत चाललेल्या कमल्याचं मन भूतकाळात घुटमळू लागलं.

एक वर्षापूर्वी कमल्याच्या मोठ्या मुलानं, रमण्यानं, अस्वलाचं लहान पिल्लू विकत घेतलं. आई-बापाबरोबर पटेना म्हणून, आपल्या बायकोला घेऊन वेगळा राहिला. त्यामुळं कमल्याच्या शिरावर संपूर्ण कुटुंबाचा बोजा पडला. कमल्यानं नरश्याला हाताखाली घेऊन, खेळ करण्यास सुरुवात केली. वयाची

पंचेचाळीस वर्षे अस्वलाच्या संगतीत घालविलेल्या कमल्यानं कितीतरी अस्वलांना सुतासारखं सरळ केलं होतं. अस्वलांना खेळविण्याची हातोटी त्याला चांगली जमली होती.

रमण्या वेगळा राहिल्यानंतर कमल्या आपल्या कुटुंबाचा उदरनिर्वाह रंगीच्या जीवावर करत होता. त्याच्याजवळ बऱ्याच वर्षांपासून अस्वलाची मादी होती. तिचंच नाव त्यानं रंगी असं ठेवलं होतं. रंगीनं त्याच्या कुटुंबाच्या पोटाला कधीच कमी पडू दिलं नव्हतं. त्यानं तोंडातून शब्द काढल्या काढल्या ती तसा खेळ करून दाखवीत होती. घरातील सर्वांचाच फार जीव होता तिच्यावर. पण एकाएकी रंगी झोपल्या जागीच मरून गेली. घरातील कर्त्या माणसांपेक्षा जास्त जबाबदारी पेलणाऱ्या अस्वलाचा अचानक अंत झाल्याने कमल्याच्या कुटुंबावर आकाश कोसळलं. सात-आठ दिवस सर्वजणच तिच्या आठवणीनं रडले. पोट भरण्याचा आधार गेला म्हणून कमल्या हताश झाला. एक दिवशी सुगरी त्याला म्हणाली,

"आवं... आता... लेकरा-बाळांच्या पोटाला काय... घालाचं...? आपुण काय खायाचं...? येकांदं जितराप तर बगा की..."

त्यावेळी चिंतेच्या सुरात कमल्या म्हणाला,

"दुसरं जितराप... काय... आसं फुकट मिळतंया व्हय... त्येच्यासाठी पयसं कुठं हायती... शिकविल्याल्या जितरापाला लय पयसं... पडत्याली..."

नंतर तो स्वत:शीच बोलला,

"नवं... जितराप घिवून... त्येला शिकवाचं... म्हंजी लयी... आवगड काम..." त्यानं त्याच्याच जमातीमधील सगण्याकडून काही पैसं कर्जाऊ घेतलं. त्या पैशात येईल तसलंच त्याला अस्वल घ्यावं लागलं. तो त्या रानटी अस्वलाला रोज शिकवत होता. त्यानं सांगितलेलं त्या अस्वलानं केलं नाही की, हातातील साखळीनं हिसकं देत देत तो काठीनं बदाबद मारत होता. एकदा तो चिडून अस्वलाला मारत होता. काही केल्या अस्वल काही करायला तयार नव्हतं. उलट ते जास्तच गुरगुरत होतं. तो मारत असलेला बघून सुगरी म्हणशली,

"आवं.... फुरं करा की... का... मारून... टाकताया जितरापाला... ही बी... मरून गेलं म्हंजी... पोटाला आनं... सुदीक मिळाचं न्हाय..."

अस्वल सांगेल तसं करत नाही म्हणून खवळलेला कमल्या जास्तच भडकला. सुगरीच्या अंगावर काठी उगारत म्हणाला,

"त्वा गप्प बस... न्हायतर... तुलाच फुडीनं.... पंदरा दिस झालं.. रोजच्याला शिकिवतुया... पर ह्ये... जितराप काय शिकत न्हाय... गावात खेळ कराला

गेल्यावर... माजी पंच्याती व्हुत्याया... किती बी... बोंबललं तर... ह्ये... आस्वाल रेड्यावाणी गप्प बसतंया... माणसं भाकरीचा तुकडा... सुदीक देत न्हायती...''

सुगरी त्या अस्वलाकडं दयाळू नजरेनं बघत म्हणाली,

''त्ये काय... माणूस... हाय व्हय...? किती झालं तर... जितरापच की... येकदम कसं यील... त्येला...?''

कमल्यानं सुगरीकडं तोंड वळीवलं. एक हात तिच्याकडं करीत, समजुतीच्या सुरात म्हणाला,

''ही बग... मारल्या बिगार त्येला... भ्या म्हणून काय ती ऱ्हायील का...? माराच्या भ्यानं तर... आपुण सांगील... तसं... कुणचंबी जीतराप करतंया... पार सापापस्नं वाघापातूर समदी.. जनावरं आपणास्नी भ्येत्याती... त्ये माणूस त्येनांस्नी मारतुय म्हणूनच... न्हायतर आपणाला जगाला याचं न्हाय...''

तो रोज त्या अस्वलाला मारत होता. त्या भीतीमुळं ते अस्वल तो सांगेल तसं करीत होतं. परंतु त्याच्यातील रानटीपणा अद्याप गेला नव्हता. त्याचीच भीती कमल्याला जास्त होती.

गावातील प्रत्येक घरासमोर कमल्या जात होता. कुठं म्हणत होता,

''गंगाराम... मालकांस्नी नमस्कार... कर... पोटाला कायतर मागून घी....''

त्याबरोबर अस्वल पुढील दोन्ही पाय वर करून, नमस्कार करीत होतं. पायाचं पंजं पसरून पोटाला मागून घेत होतं. कौतुकाने बायका माणसं अर्धीचतकोर भाकरी त्या अस्वलाच्या पंज्यावर ठेवत होती. ती भाकरी अस्वल कमल्याच्या झोळीत टाकत होतं. कमल्या अगोदरच झोळी पसरून त्याच्यासमोर धरत होता. कुठं कुठं अस्वल कमल्या सांगेल तसं करत नव्हतं. कमल्या स्वत:शीच बडबडत होता.

''ह्येला... समदं शिकवून सुदीक... गप्पच... बसतंय... जितराप हाय का भूत... हाय...''

तो त्याला काठीनं मारत होता. जोरानं हाणलेली काठी पाठीवर बसली का अस्वल मोठ्यानं ओरडत होता. हातात धरलेली साखळी जोरात ओढून हिसका दिला की, त्याच्या मानेवरील केस साखळीच्या झोल्याबरोबर निघत होती. त्याच्या वेदनेनं अस्वल मटकन खाली बसत होतं. नरश्या घराघरासमोर जाऊन भाकरीचं तुकडं, वेगवेगळं धान्य अंगराखीच्या ओट्यात घेऊन बापाच्या झोळीत आणून घालत होता.

संपूर्ण गाव फिरून झाला. दुपार झाली होती. कमल्याच्या झोळीत दुरडीभर भाकरीचं तुकडं आणि सतरा मिसळीचं शेर-दोनशेर धान्य जमलं होतं. गावाच्या मध्यभागी एक खेळ करावा. रुपया-दोन रुपयं मिळालं तर तेवढंच तेलामिठाला

उपयोगी पडतील. मगच घरला जावावं. बायको मुलं रात्रीपासून उपाशीच आहेत. त्यांच्या पोटाला घालावं या विचारानं तो गावाच्या मध्यभागी आला. तिथं एक लहानशी बाजारपेठच होती. पारावर बरीच माणसं बसली होती. गावातली लहान पोरं... "आस्वाल आलंऽऽऽ..." म्हणत सकाळपासून त्यांच्या पाठीमागं फिरत होती. त्या पाराजवळ त्यानं अस्वल उभं केलं. खांद्यावरची झोळी काढून ती एका बाजूला ठेवली. नरश्यानं हातातली पाटी, काठी ठेवली.

माणसांची तशी बऱ्यापैकी वर्दळ होती. पारावर बसून गप्पा मारणाऱ्या माणसांची संख्या बरीच वाढली. कोणी किराणा दुकानातील सामान विकत घेण्यासाठी येत होते. अस्वलाचा खेळ होणार म्हणून माणसांनी उत्सुकतेनं तिथं गर्दी केली. कमल्यानं खेळाला सुरुवात केली. माणसं, लहान मुलं गोल कडं करून उभी राहिली. कमल्यानं अस्वलाला बांधलेली साखळी हातात धरली. तो त्या माणसांच्यामधून गोल फिरू लागला. त्याच्या मागोमाग अस्वल फिरू लागलं. फिरता फिरता माणसांकडं बघत तो म्हणाला होता.

"माय बाप... म्या आता... तुमास्नी आस्वालाचा खेळ करून... दावणार हाय.. ह्या गरिबाच्या पोटाला..."

असं म्हणत त्यानं आपल्या पोटावर हात मारून घेतला. अस्वलाच्या पाठीवर हात ठेवत तो पुढं म्हणाला,

"आणिक ह्या जितरापाच्या पोटाला... पाच... धा... पयसं... द्या... तुमचं आमां गरिबावर लय... उपकार व्हुत्याली..."

नरश्या झोळीजवळ बसला होता. भुकेनं व्याकुळ झालेल्या चेहऱ्यानं तो बाप काय करतोय ते बघत होता. न राहून तो झोळीतून एक एक भाकरीचा तुकडा काढून खाऊ लागला. हळूच बापाकडं बघू लागला. कमल्या लोकांना खिळवून ठेवण्यासाठी बडबडत होता.

"आता... म्या... ह्या.. गंगारामाला... बाजारला जायाला सांगणार हाय... बगा कसा जातूय... ती..." त्यानं अस्वलाला बांधलेल्या साखळीला एक जोरात हिसका दिला. अस्वलाला वेदना झाल्या. अस्वल थोडं गुरगुरलं. कमल्या म्हणाला,

"गंगारामऽऽऽ... त्वा आता... जमल्याल्या मंडळीस्नी... बाजारातनं दोन किलू कांदं आणून दाकीव बगू...?"

त्यानं हातातल्या साखळीला हिसडा दिला. तसं अस्वल दोन पायावर उभं राहिलं. कमल्यानं पाटी त्याच्या पुढच्या पायात दिली. ती टोपली (पाटी) अस्वलानं पुढच्या दोन्ही पायांनी डोक्यावर धरली. कमल्यानं काठीनं डिवचलं तसं टुणूटुणू उड्या मारत ते चालू लागलं. माणसं आनंदानं टाळ्या वाजवू

लागली. त्या माणसांतील कोणी म्हणत होता.

"आयला... जितरापाला सुदीक... किवडी आक्कल हाय ती बगा की... सांगिल तसं करतंया..."

अस्वलानं डोक्यावर टोपली धरून, त्या गोल रिंगणातून दोन फेऱ्या मारल्या. टोपली टाकली आणि पाय पसरून खाली बसलं. कमल्यानं कपाळावरचा घाम शर्टाच्या बाहीनं पुसला. त्यानं अस्वलाकडं बघितलं. अस्वल उठण्याच्या स्थितीत नसलेलं बघून, तो जमलेल्या लोकांच्या मधून गोल फिरत म्हणू लागला.

"ह्यो गंगाराम. आता जावाई व्हुणार हाय... आणि सासूकडनं आंगठी मिळत न्हाय... म्हणून रुसून बसणार हाय..."

लोकांची गर्दी बरीच जमली होती. जमलेली लोकं उत्सुकतेनं बघायला लागली. दुकानातून घेतलेलं सामान हातात घेऊन, काही माणसं खेळ बघण्यात धुंद झाली होती. कमल्यानं हातात काठी घेतली, एका हातात साखळी धरली. काठी बघून अस्वल भीतीनं कापायला लागलं. काठी उगारत कमल्या म्हणाला,

"आवं... जावायबापू... चला की घरला... आसं शिळं... त्वांड घिवून का बसलाय..."

उगारलेली काठी बघून अस्वल जास्तच घाबरलं. ते मान वळवायला लागलं. खेळ बघणाऱ्या लोकांना वाटत होतं. अस्वल नको म्हणूनच मान हालवितंय. लोकं जास्तच हसायला लागली. कमल्यानं साखळीला हिसका दिला आणि पुढं म्हणायला सुरुवात केली,

"तुमाला कापडं करतू... जेवायला घालतू.. पर आंगठी काय मिळायची न्हाय..."

थोडं पुढं पुढं सरकत कमल्या म्हणत होता.

"लय.. वायीट दिस आल्याती वायसं आमची आबदा बगा की..."

हातात काठी उगारून पुढं पुढं येत असलेल्या कमल्याला बघून, अस्वल थोडं मागं सरकलं. पहिल्यापेक्षा जास्तच मान हालवायला लागलं. जमलेली माणसं पोट धरून हसायला लागली. माणसं फुकटचा आनंद मोकळ्या मनानं लुटत होती. पैसे मात्र अजून कोणी टाकलं नव्हतं. कमल्याला मनातून फार वाईट वाटत होतं. लोकांची सहानुभूती मिळविल्याशिवाय पैसा मिळणार नाही याची त्याला जाणीव होती. त्याच्या मनात विचार आला, नरश्याची आणि अस्वलाची कुस्ती लावावी. त्याचबरोबर दुसराही विचार आला. जनावर नवीन आहे. रानटी आहे. ते खवळलं तर पोराचं काय होईल? पण आपण नरश्याला अगोदरच सांगितलंय तू फक्त पडायचं आणि लोकांना हसवायचं. नरश्या लगेच

पडेल. त्याशिवाय लोकं पैसे टाकणार नाहीत. तो उठला. जमलेल्या लोकांना हात जोडत म्हणाला,

“ह्येच्यानंतर... ह्या... गंगारामची आणिक नरश्याची कुस्ती लावणार... हाय...”

चेहऱ्यावर लाचारी आणत तो पुढं बोलू लागला.

“माय बाप... लेकरा बाळाच्या पोटाला... पाच धा पयसं द्या...”

त्यानं नरश्याकडं बघितलं. नकळत भीतीची लाट त्याच्या मनाला स्पर्श करून गेली.

“येवडं... येवडं... पोरगं कसं.. कुस्ती खेळतंया गा...?”

असं म्हणत माणसं गर्दी करू लागली. मान वर करून बघायला लागली. अंत:करणातील वादळ चेहऱ्यावर न दिसू देता कमल्या म्हणाला,

“नरश्या... उट... काड कापडं.. आणि गंग्याबरोबर कुस्ती खेळ बगू... कोण आयकत न्हाय.. ती येकदा समद्या लोकांस्नी बगू दी...”

नरश्यानं फाटकी अंगराख काढली. फाटकी छड्डीच तेवढी त्याच्या अंगावर राहिली. तो छड्डू थोपटत त्या माणसानं निर्माण केलेल्या गोलातून फिरायला लागला. त्याचा उत्साह बघून जमलेल्या माणसांना हसू आवरता येईना. कोणी कोणी पाच-दहा पैशाची नाणी त्याच्याकडे टाकली. कमल्यानं कपाळावरचा घाम पुसला. हातात काठी घेतली.त्याचा चेहरा निराशेनं दाटला होता. काठीनं डिवचून त्यानं अस्वलाला उठविलं. साखळीला हिसका देऊन, त्याला दोन पायांवर उभं केलं. त्यांनी साखळी हाततनं सोडली आणि हळू आवाजात नरश्याला म्हणाला,

“त्वा नुसतं पड... जनावर नवं हाय... त्येच्या लय आंगझटीला... जावं नगस...”

काय होणार? अशा विचारात जरा बाजूला थांबला त्यानं थोडा विचार केला. जर अस्वल खवळलं आणि पोराला चेलमाडायला लागलं तर त्याला सोडवावं म्हणून काठी हातात घेऊन तो भोवतीनं फिरू लागला. नरश्यानं छड्डू थोपटत थोपटत अस्वलाचं दोन्ही पाय धरलं. अस्वल गुरगुरायला लागलं. ते गुरगुरत्यालं बघून कमल्यानं फिरवून काठी अस्वलाला मारली. त्यामुळं अस्वल जास्तच खवळलं. नरश्या त्याच्या पायाला धरून झटपटी करू लागला. उंच केलेल्या पुढच्या पायानं अस्वलानं नरश्याला खाली पाडलं आणि चेलमाडायला सुरुवात केली. आता अस्वल पोराचं लय हाल करणार या विचारानं कमल्या त्याला बाजूला काढण्यासाठी काठीनं मारू लागला. तसं अस्वल जास्तच खवळायला लागलं. ते गुरगुरत, ओरडत नरश्याला घोसळायला लागलं. नरश्या तळमळायला लागला. त्याच्या उघड्या अंगावर अस्वलाच्या पंजांची नखं ओरबडत होती.

नरश्या खाली ''मेलो...!! मेलो...!!'' म्हणून ओरडत होता. ओरबडलेल्या ठिकाणाहून रक्त येत होतं. खाली खडकाळ जमीन आणि वरून खवळलेलं अस्वल यांच्यांमध्ये नरश्याच्या अंगाचं सालटं निघत होतं. पोराला वाचविण्यासाठी कमल्या अस्वलाला काठीनं मारून बाजूला काढण्याचा प्रयत्न करीत होता. परंतु मार बसेल तसं अस्वल जास्तच खवळून नरश्याला चेंगरत होतं. त्याचा चेहरा आणि सर्व अंग रक्तबंबाळ झालं होतं. काय करावं...? ते कमल्याला सुचत नव्हतं. लहान मुलं भिऊन पळून जात होती. जमलेल्या माणसांतून कोणी ओरडत होतं.

''आरं... त्या आस्वलाला.. बाजूला काडा.. न्हायतर ती पोरगं... मरून जाईल...''

तळमळणाऱ्या नरश्याकडं बघून माणसं हळहळत होती. बघणाऱ्या माणसामधून दोन-तीन माणसं पुढं आली. त्यांच्यातील दोघांनी अस्वलाची साखळी धरली. एका माणसानं अस्वलाला ढकललं. ताकतीने ओढून, त्या माणसांनी अस्वलाला बाजूला काढलं. रक्तबंबाळ झालेला नरश्या माशासारखा तडफडत होता. त्याच्या सर्वांगातून वेदना येत होत्या. तडफडणाऱ्या पोराकडं बघून कमल्याचं डोकं बधीर झालं. हातपाय थरथर कापायला लागले. तो उठला. लटपटत्या पायानं अस्वलापर्यंत गेला. थरथरत्या हातानं अस्वलाची साखळी धरली. तिथल्या एका मोठ्या दगडाला अस्वल बांधला. तळमळणाऱ्या नरश्याकडं बघत, हळहळत थोडा वेळ थांबून, माणसं आपापल्या कामाला जात होती. जाता जाताच कोणी म्हणत होता.

''बिच्याऱ्याचं... लिकरू मेलं आसतं... माणसाला... जगासाठी कायबी कराला लागतंया...''

कमल्याचं काळीज करपलं होतं. त्याचं अंत:करण मोठ्यानं आक्रोश करीत होतं. मन घट्ट करून तो नरश्याजवळ गेला. नरश्या बेशुद्ध पडला होता. अनेक विचार त्याच्या डोक्यात घोंघावत होते. काय म्हणून असलं दु:खी लाचार जीवन आपल्या वाट्याला आलंय... पोटासाठी पोटच्या गोळ्याला सुद्धा स्वत:च्या हातानं संकटात ढकलून द्यावं लागतंय. आपल्या मुलाबाळांच्या नशिबी सुद्धा हेच जीवघेणं, दरिद्री जीवन येणार. अशा असंख्य विचारांच्या गोंधळातच त्यानं नरश्याला दोन्ही हातांवर उचलून घेतलं आणि आपल्या बिऱ्हाडाकडं चालू लागला.

सुगरी तीन दगडांच्या चुलीत वाळल्या काटक्या, गवऱ्या घालून चूल पेटविण्याचा प्रयत्न करीत होती. शेणकुटानं कोंदटलेल्या चुलीला फुकून फुकून तिला दम भरल्यासारखा झाला. डोळ्यात धूर जाऊन डोळ्यातनं आणि नाकातून

पाणी येत होतं. ते पाणी लुगड्याच्या पदरानं पुसत ती चूल पेटविण्याचा प्रयत्न करीत होती. काळंमिट्ट जरमनचं भगुलं त्या चुलीवर ठेवलं होतं. आरशी आणि तान्ही पोरगी भूक लागली म्हणून जास्तच रडायला लागल्या म्हणून. तिनं दोन तीन गाठोडी शोधून ओंजळभर सतरा मिसळीचं धान्य काढलं होतं. ते धान्य दगडाने चेचून त्याच्या कण्या तयार केल्या होत्या. कण्या शिजवून लेकरांना खायाला द्याव्यात. तेवढीच थोडावेळ त्यांची भूक थांबेल, त्यांचा बाप गावातून काहीतरी भाकरीचं तुकडं घेऊन येईल. मग सगळेजणच पोटभर खातील या विचारानं ती चूल पेटवत होती. परंतु चूल काय लवकर पेटत नव्हती. आरशी भुकेनं व्याकुळ झाली होती. लहान पोरीला मांडीवर घेऊन तिला थोपटून झोपविण्याचा सुगरी प्रयत्न करीत होती. चुलीला फूक मारून ती नवरा कधी येतोय... या विचारानं इकडं तिकडं बघत होती.

कमल्या दोन्ही हातांवर झोपवून नरश्याला घेऊन येत असलेला तिला दिसला. शंकेनं तिच्या मनाला पोखरायला सुरुवात केली. काय झालं असेल या विचारानं ती अस्वस्थ झाली. तिनं गडबडीनं लहान पोरीला आरशीजवळ दिलं आणि धावत धावतच ती त्यांच्याकडं गेली. रक्तबंबाळ झालेल्या नरश्याकडं बघून, तिनं हांबरडा फोडला. जड पावलानं आपल्याच विचारात येत असलेल्या कमल्यानं तिच्याकडं बघितलं. ती त्याच्याजवळ आली होती. बेशुद्ध नरश्याच्या, रक्तानं माखलेल्या अंगावरून हात फिरवीत, किंचाळत ती म्हणाली,

"कायऽऽऽ... कायऽऽऽ... झाऽऽऽलं...?

तिनं गडबडीनं नरश्याला त्याच्या हातातून आपल्या काखेत घेतलं. त्याला कवटाळत ती रडू लागली. ते दोघंजण त्यांचा संसार टाकला होता त्या चावडीसमोर आले. आईच्या रडण्या-ओरडण्यानं आणि नरश्याला तशा अवस्थेत आणलेलं बघून, आरशी रडत रडत म्हणाली,

"बाबा... दादाला... काय झालंया... त्यो आसा... का झोपलाया..." तिच्या बोलण्यानं सुगरी जास्तच रडायला लागली. आतापर्यंत आवरून धरलेल्या कमल्याच्या अश्रूंचा बांध फुटला. तो हुंदकं देत देत म्हणाला,

"जनावर खवळलं... लेकराचं हाल झालं..."

धोतराच्या सोग्यानं डोळं पुसत, त्यानं नरश्याकडं बघितलं, त्याला शुद्धीवर आणण्यासाठी त्यानं मातीच्या घागरीतील पाणी घेतलं. ते पाणी त्याच्या तोंडावर मारू लागला. सुगरी रडतच त्याच्या अंगावरचं रक्त पुसून काढत होती. थोड्या वेळाने नरश्या शुद्धीवर आला. अंगावरील जखमांच्या वेदना त्याला सहन होईनात. तो तडफडू लागला. रक्त पुसत पुसत ती हुदकं देत म्हणाली,

"म्या... तुमाला आदीच... सांगितलं व्हुतं... जनावर नवं हाय.. म्हणून..."

त्याबरोबर कमल्याला अस्वलाची आणि तिथं पडलेल्या सामानाची आठवण झाली. तो झटकन उठला. जाता जाताच म्हणाला, ''म्या... ततलं सामान आणिक जितराप घिवुन यीतु...''

तो भराभरा पाराजवळ आला. त्याचं साहित्य तसंच पडलं होतं. ते त्यांनी गोळा केलं. कोणी पाच दहा पैसे टाकले होती. त्यातील बरेच कोणी उचलले होते. राहिलेले थोडे पैसे त्याने घेतले. झोळी खांद्यावर टाकली. दगडाला बांधलेलं अस्वल सोडण्यासाठी तो गेला. अस्वल त्याला बघून थरथर कापायला लागलं. त्यानं जळजळीत नजरेनं अस्वलाकडं बघितलं. दगडाला बांधलेली साखळी सोडून हातात धरली. काठी आणि टोपली एका हातात घेतली. दुसऱ्या हातानं अस्वलाची साखळी धरून तो आपल्या कुटुंबाकडं आला. त्यानं खुंटीला अस्वल बांधलं. चुलीवर कण्याचं भगुलं तसंच होतं. जखमांच्या वेदना जास्तच वाढत असल्यामुळं नरश्या जास्तच तळमळत होता. त्याची तडफड बघून सुगरीचं अंत:करण तीळतीळ तुटत होतं. कमल्या पोराजवळ बसला. वेदनेनं तडफडत असलेल्या मुलाकडं आणि जमलेल्या पाच-दहा पैशांच्या नाण्याकडं तो सुन्न नजरेनं बघत होता...!

■

अबरू

"ये ऽऽ त्वा हितं दारात बसायचं लायसन काडलायीच का...? चल उट...! तुझ्या घराची झडती घ्याची हाय..."

धोंडीरामनं दारात बसल्याल्या गणपाला रुबाबात विचारलं. गणपा नुकताच शेतातनं आला होता. उन्हाळ्याचं दिस होतं. मरणाचा उकाडा सुटला होता. मोकळ्या वाऱ्याला वायसं निवांत बसावं म्हणून तंगड्या लांब करून बसल्याल्या गणपाची ही कसली बिलामत आली या विचारानं धांदल उडाली. त्यानं डोळं किलकिलं करून म्होरं निरकून बघितलं. खाकी सूट, खाकी आंगराख, डोस्क्यावर कैकाड्यानं इणलेल्या बुट्टीसारकी गोल टुपी, आंगराख सुटात खोचल्याली, कमरला भला मोठा जाड कातड्याचा पट्टा लावल्याला, हातात बारकी काटी अशा अवतारात एक, तर त्याच्या बरुबर आसल्याल्यानं आर्धी खाकी छड्डी, त्या चड्डीत खाकी आंखराख खोचल्यालं, काळी टुपी डोस्क्यावर तिरकी ठिवली होती. दोघांच्याबी काखेला पिसव्या अडकवल्या होत्या. असली दोन माणसं आपल्या न्हवऱ्याला दरडावून का विचारत्याती? ती काय मालनला कळीना. ती घाबरून दरवाजाआडून बगत होती. संत्या आणि सरी ही दोन्ही बारकी पोरं भांबावून आयला चिटकून हुबी राहिली होती.

शेजार-पाजारची माणसं आपल्या आपल्या घरातनं, दरवाजाआडूनच वाकून बगत होती. काय भानगड झाली? म्हणून कोण कोण दरवाजा लावून घेत होती. गणपाची मातूर चांगलीच तारांबळ उडाली होती. भीतीनं त्याच्या तोंडातनं सबूदही लवकर बाहीर पडीना. तो घाबरल्याल्या नजरनं त्यांच्याकडं बगत बगतच विचार करत होता. पुलिस आपल्या घरला का आल्याती? आपल्या हातनं काय गुन्ह्या घडलाय...? अशी बरीच प्रश्न त्याच्या डोळ्यांम्होरं नाचायला लागली. त्यानं डोस्क्याला ताण दिवून विचार केला. पर काय गुन्ह्या आपल्या हातानं झालाय... आसं काय त्येच्या ध्येनात येत नव्हतं. गोंधळलेल्या चेहऱ्यानं,

हात जोडून तो म्हणाला,

"सायेब... म्या... म्या... काय केलं न्हाय... गरीब माणूस हाय... मजुरी करून... लेकरा बाळास्नी..."

त्याला पुढं बोलू न देता धोंडीराम म्हणाला,

"येऽऽऽ.. गप्प बस.... हवालदार ह्येच्या वरची केस कर.."

तो नरसूकडं बगून सायबाच्या ऐटीत म्हणाला,

"लिवाच काय... सामान हाय का न्हाय...?"

लगीच नरसूनं काखला अडकावल्याली जुनी मळल्याली कापडाची पिसवी काडली. तिचं तोंड उगडून आत बगत म्हणाला,

"सायेब... सामानाची धुकटी घरात ऱ्हायल्याय... तवर बगतू दुसरं काय हाय का...?"

ही माणसं असं का बोला लागल्याती ते गणपालाही कळीना आणि मालनलाही कळीना. ती दोघंजण वेड्यासारकी त्यांच्याकडं बगायला लागली. धोंडीरामनं हातातली बारकी काटी वर उचलली आणि विनोदी आवाजात म्हणाला,

"बोल...! केस करू दी.. का दाडी करू दी... लगीच सांग... आता आमची ढकलगाडी यील... त्येच्यात... घालून तुला न्ह्याचं हाय..."

आपल्या तोंडावरचा हावभाव न बदलता तो पुढं बडबडू लागला.

"परवा त्वा पन्नास... ढेकणं मारलीस... म्हंजी पन्नास खून... केलंच..."

नरसूनं मुडखी फाऊंटन काडली. जुन्या फाटक्या वहीचं पानं उगडलं. डोळं मोटं करून त्यानं गणपाकडं बगितलं आणि म्हणाला,

"सायेब... ह्येच्यावर कुठलं कलम करू... न्हाय म्हजी छाट कलम का दाब कलम..."

मग मातूर गणपाच्या डोस्क्यात परकाश पडला. ही काय खरुखरचं पुलिस न्हायती. ही डवऱ्याचं पुलिस हायती. सोंग घीवून मागाला आल्याती. ह्या नकली पुलिसांस्नी आपुण केवडं भिलू...? या विचारानं त्येचं त्येलाच हासू आलं... आपल्या तोंडावरचं हासू आणि जरा पसरट करत त्यो म्हणाला,

"आयला... खरंच तुमची जात... लय बाजींदी हाय... म्या लय घाबरलू व्हुतू... तुमी तर खरुखरच्या पुलिसावानी दम देताया..."

नीट सावरून बसत गणपानं विचारलं, "कंच्या गावाला उतरलाया...?"

नरसूनं डोस्क्यावरची टुपी काडली. कपाळावरचा घाम त्या टुपीनंच पुसत सांगितलं.

"पोटासाठी कायतर कला... किली पायजी की... त्येच्याबिगार... आमाला

कोण वाडणार हाय... कसंतर करून लोकांस्नी हासवाचं आणिक प्वाट भराचं...''
ही डवरी हायती. भीक मागाला आल्याती. खरूखरचं पुलिस न्हायती. या विचारानं शेजार-पाजारच्या घरातील माणसं, बायका, मुलं ततं गोळा झाली. नरसू आपलं दुक सांगत होता.

''पर... आता... पयल्यावाणी दिस ऱ्हायलं न्हायती.. ज्येचं त्येलाच जगाला यीना... तवा आमाला कोण वाडतंया... आमी ह्या हितल्या जवळच्याच गावाला उतरलुया... सावळीला...''

बारकी पोरं त्येंच्या भवतीनं जमली. पोरं जवळ आली म्हंजी... धोंडीराम त्यांना काठी मारल्यासारकं करायचा. पोरं लांब पळाची आणि जवळ याची. जमल्याली लोकं हासत हासत ती गंमत बगत होती. मालनला सुदीक आपल्या भित्र्यापणाचं हासू आलं. धोंडीरामनं पिसवी म्होरं किली आणि म्हणाला,

''आमांला खंडणी म्हणून... पायलीबर जुंदळं घाला... आजून समद्या... गावातनं गस्त घालाची हाय...''

गणपा हासत हासतच म्हणाला,

''आर... बाबा... आता काळ बदललाया... जवा रोजगार करावा... तवा पोटाला आनं मिळतया... शेतात तर काय आता पयल्यासारकं... पिक-पाणी येतंया व्हय...? पाऊसकाळ झाला म्हंजी.. वायसं हाताला लागाचं...''

तो बसल्या जाग्यावरच आतल्या बाजूला वळला आणि मोठ्यानं म्हणाला,

''येऽऽऽ त्येनांस्नी... वायशी भाकर वाड..''

नरसू खेदानं म्हणाला,

''आवं... बडबडून... आमचं त्वांड फाटाची येळ आली... आणिक तुमी वायशी भाकरच वाडाला... सांगतया व्हय...?''

तितक्यात मालन येक भाकर, वर वायशी चटणी घालून, घिवून आली होती. नरसूनं मुकाट्यानं पिसवी म्होरं किली. ती भाकर घिवून, ततल्या दुसऱ्या घराकडं जाऊ लागला. त्या दोगानी ततली घरं मागितली. कुणी आर्धी कोर भाकर तर कुणी पसामूट जुंदळं, पाच-धा पयसं दिलं. ती घिवून त्ये दोगजणं दुसऱ्या गल्लीला निगाली, त्ये जात्याली बगून, मालन कौतुकानं न्हवऱ्याला म्हणाली,

''आवं... कसं... सायबावानी... दाब देत व्हुती... ती माणसं...?''

मग ती थट्टेच्या सुरात म्हणाली,

''मला तर वाटलं... तुमीच कायतर गुन्या करून आला... आसचाल...''

तिच्या बोलण्यानं गणपा आगळपगळ हासला. तिच्याकडं तिरकं बगत म्हणाला,

"तुजं येक... आपलं कायतर आसतंया बग..."

तो बायकूला समजावून सांगत होता.

"आगं... ही डवऱ्याची लोकं... आशीच नकला करून... सोंग काडून... पिड्यान्‌पिड्या जगत्याती... रोज येका गावाला आसं मागत फिरत्याती... कायतर करून लोकास्नी हासवाचं... आणिक दिलं ती भाकर तुकडा... पयसा आडका घ्याचा... त्येच्यावर बायका पोरानं जगाचं..."

हातरल्याल्या वाकळंवर कलांडत खजील आवाजात तो म्हणाला,

"म्या... बी... पयल्यांदा वळीकलं न्हाय.. लय... घाबरलू व्हतु... पर म्हागनं... त्येंच्या बोलण्यावरनं वळीकलं..."

हासत हासत मालन घरातली कामं करायला लागली.

आपलं काम धाम आवरून च्यार-पाच बायका येका घराम्होरं बोलत बोलत बसल्या होत्या. धोंडीराम व नरसू बडबडतच ततं आली. हातातली टुपी उपराटीच डोस्क्यावर ठिवत नरसू बडबडत होता.

"मावश्यानू... काक्यानू...? उनातानाचं काय म्हणून... बसलाया...? चला उठा... लगनाला जायाचं हाय..."

त्या बायकांनं त्येंच्याकडं बगून लुगड्याचं पदर डोस्क्यावर घेतलं. आपलं बोलणं बंद करून त्या ऐकत होत्या. पुथी वाचल्यासारकं नरसू एका सुरात म्हणत होता,

"आयारं... म्हायारं घ्या.. घरातलं तांदूळ घ्या... थाटल्या... भगुली... शिळ्यापाक्या भाकऱ्या घिवूनशान... लगनाला चला... गोचड्याची खिर... आणि ढेकणाचं लाडू केल्याती... वर वरपायला चिलटाची आमटी किलीया... चला... चला.. लवकर चला..."

त्याचं एका सुरातलं ती विनोदी बोलणं ऐकून बायका तोंडाला पदूर लावून हासायला लागल्या. आवतभवतंच्या बायका, पोरं ततं जमली. त्याच सुरात धोंडीरामनं सुरुवात केली.

"उटा... उटा... तांदळाची येळ झाली.. गाडवानं शिंग वाजिवलं... लांडग्यानं लगीन लावलं... नवरा ह्या गावात... तर... नवरी त्या गावात... दोनी गावाच्या मदी तांदूळ टाकाचं हाय.. चला उठा..."

बायका, पोरं पोट धरून हासायला लागली. नरसूनं काखंतली पिशवी काडली आणि केविलवाण्या चेहऱ्यानं म्हणाला,

"मावश्यानू... तुमी नुसतं... हासत बसताय... का... आमच्या पोटाला काय घालता?"

बायका हासत हासत उठल्या. आपल्या आपल्या घरात गेल्या. एका एका

दाराम्होरं जावून ती दोघंजण काय दिलं ते पसामूट धान्य, भाकर घेवू लागली. ततनं दोघंजण म्होरं निगाली.

त्या दोघास्नी येत्यालं बगून किसन सगुणाला म्हणाला,

"आगं... ती कोण माणसं हिकडं या लागल्याती बग... लवकर दार लावून घी..."

सगुणानं गरबडीनं दार लावून घेतलं. किसन दबक्या आवाजात तिला सांगू लागला,

"चुरी करणारी... दरुडं... घालणारी माणसं... आशीच दिवसां यीवून समदं न्ह्याळून जात्याती... आणिक रातच्याला चुरी करत्याती..."

घाबरल्याल्या आवाजात सगुणा म्हणाली,

"आगं... बया... काय म्हणावं ह्या माणसांस्नी..."

धोंडीराम व नरसू बंद दरवाजाकडं बगत म्होरं चालली. त्येच्या म्होरल्या घराम्होरं हुबा ऱ्हावून त्या दोगानी बडबडायला जुपी केली. बराच उशीर बडबडलं तर त्या घरातनं कोणच बाहीर यीना. कोण येत न्हाय असं बगून नरसूच्या कपाळावर आठ्या पडल्या. तो वैतागून मोठमोठ्यानं बडबडू लागला. कोणच घरातनं बाहीर आलं न्हाय. धोंडीराम निराशानं म्हणाला,

"चलं... जावं... म्होरच्या आळीला... लोकं दारं लावून... घ्या लागल्याती... दिस लय वंगाळ... आल्याती..."

तोंडात मारल्यावानी नरसू दरवाजातनं म्हागं फिरला. पिसवी बगलंत मारली आणि दु:खी आवाजात म्हणाला,

"ह्या जगात... माणसाचा माणसावर इस्वास ऱ्हायला न्हाय... चुरी करणारी करत्याती... त्येंची मस्त चंगळ व्हुत्याया... आणिक आमाला मातूर उपाशी मराची येळ... यितीया..."

चालता चालताच धोंडीरामच्या चपलंचा पन्ना तुटला. ततंच खाली बसून, मोळा मारून पन्ना जोडायला यितुया का? हे त्यानं बगितलं, पर मोळा मारून पन्ना बसणार न्हाय आसं ध्येनात आल्यावर त्यानं चपला पिशवीत टाकल्या. त्येच्या हालचालीकडं बगत आसलेला नरसू म्हणाला,

"आरं... चल की आनवानी... पायानं... म्या तसाच चालतुया नव्हं... का...? पयलच काय मिळीना... आणिक जरा उशीर करा लागलायीचं..."

धोंडीराम उठला, त्याच्याबरुबर चालू लागला. ती दोघंजण आपल्या आपल्या विचारातच चावडीपातूर आली.

चावडीत सरपंच आणि आठ-धा माणसं बसली होती. ही दोघंजण येत असल्याली बगून त्यातला एक माणूस म्हणाला,

"सरपंच... ती बगा... पुलिसाची कापडं... घालून... कोण फिरा लागल्याती..." आपली मान थोडी म्होरं न्हिऊन, डोळं मिचकावत तो पुढं म्हणाला,

"चुरी करणारी... दरुडं घालणारी... माणसं... कसलीबी... कापडं घालून... फिरत्याती... आज काल... कुणाचा नेम काय सांगाला येत न्हाय..."

सरपंचानं मान तिरकी करून त्येंच्याकडं बगितलं. डोळ्यांच्या भिवया जरा वर चडीवल्या. आपोआप त्येच्या कपाळावर दोन-तीन आठ्या पडल्या. त्यानं आपला घसा खाकरून साफ केला. ततं बसल्याली माणसंबी मुंड्या वळवून वळवून त्या दोघांकडं बगत होती. सरपंचानं त्या दोघांस्नी हाळी मारली.

"येऽऽऽ हिकडं या..."

त्येचा तो धारदार आवाज आयकून नरसू व धोंडीराम मनात चरकली. ती दोघंजण गडबडीनं चावडीत गेली. बसल्याली समदी माणसं रोखून रोखून त्येंच्याकडं बगू लागली. सरपंचानं आवाज चडवून विचारलं,

"कोण हायसा तुमी...?"

भांबावून गेल्याला धोंडीराम हात जोडत म्हणाला,

"सायेब... आमी डवऱ्याचं हाय... येग येगळी सोंग घिवून...नकला करून जगतुया आमी... बायका... माणसं... कागुद... चिंध्या... गोळा करत्यात्या..." सरपंचानं भितीला पाट लावली. येक हात जवळच्या तक्यावर ठिवला आणि विचारलं,

"तुमी... डवरीच हाय.. त्ये कश्यावरनं... तुमच्यापाशी काय... पुरावा हाय...?"

ततं बसल्याला येकजण गरबडीनं म्हणाला,

"व्हय... व्हय... की... न्हायतर कायबी... सांगत्याली... त्येच्यावर कसा इस्वास... ठिवाचा...?"

नरसू मनातनं लय घाबरून गेला. खाली मान घालून तो विचार करत होता. कसला जमाना हाय ह्यो? लोकासनीची करमणूक करून पोटाची खळगी भरतूया.. त्ये सुदीक... सरळपणानं भरू देत न्हायती.. धोंडीरामनं खिशातनं येक कागूद काडला. त्यो कागूद सरपंचाला देत तो म्हणाला,

"आमी... खोटं कश्याला बोलतुया... ही बगा... दाकला हाय... मामलंदाराचा..."

सरपंचानं त्यो दाकला हातात घेतला. नीट न्ह्याळून बगितला. त्याला काय वाचता यीना. दाकला शेजारच्या माणसाकडं देत त्यो म्हणाला,

"ही तर इंग्रजीत लिवलंय... त्ये कसं कळाचं...? हां... पर... त्येच्यावरचा शिक्का मातूर... मामलंदार रावसाबाचा हाय.. ही मातूर खरं..."

त्यो दाकला ततल्या आठ-धा माणसानं आळीपाळीनं बगून घेतला. पर

कुणालाच त्यात काय लिवलंय हे कळलं न्हाय. सरपंचानं डोस्क्याची टुपी काडली. बोडक्या डोस्क्यावरनं उजवा हात फिरवत त्यानं विचारलं,

"कंच्या... गावाला उतरलाया...?"

हात जोडून हुबा असलेला धोंडीराम त्या अवस्थेतच म्हणाला,

"सावळीला ऱ्हालुय सायेब... दोन दिस झालं..."

सरपंच म्हणाला,

"वायसं जपून फिरत जावा... चोऱ्या माऱ्या व्हुत्यात्या... कोण चोर आणिक कोण साव... ही लोकांस्नी कसं कळाचं...?"

आतापातूर गप्प बसल्याल्या नरसूनं सरपंचाकडं बगितलं. मनातला राग तोंडावर दिसू नी म्हणून. त्यानं पिसवीतनं फडकं काडून त्वांड पुसलं आणि आपला आवाज ताब्यात ठिवण्याचा प्रयत्न करत तो म्हणाला,

"सायेब आमी भिकारी हाय.. पर चोर.. न्हाय... येक म्हणता धा घरं फिरू... वाळला तुकडा... दयेखातर मागून... घिवू... पर कुणाच्या कस्पाटाला... हात लावणार न्हाय..."

त्येचं बोलणं सरपंचाला झोंबलं... तो गरबडीनं म्हणाला.

"बरं हाय.. बरं हाय... आता तुमी जावा..."

त्या दोघानं मुंडी हालवतच ततनं पाय काडला. धोंडीराम म्हणाला,

"काय माणसं हायती ही..? येवडं जीव तुडून सांगितलं... तर बी ह्येंचा संशव काय जात नाही..."

त्याच्या चेहऱ्यावर फारच निराशा दिसत होती. निराश मनानंच तो म्हणाला,

"नरसू... आपुण आता तळावरच जावूया... फिरायला काय मन लागीना..."

नरसूनं कमरंचा कातडी पट्टा काडला. आर्ध्या चड्डीत खोचल्यालं आंगराख काडलं. ती पट्टा पिसवीत घालत म्हणाला,

"काय कराचं...? जायील त्या... भागाला आसंच व्हुया लागलंय... पोटाला आन मिळाची पंच्याती... झाल्याला... बरं चला जावू..."

ती दोघंजण आपल्या आपल्या नादातच गावाच्या कडंला आली. सावळीच्या वाटंवर गावाच्या कडंलाच देशी दारूचं दुकान होतं. धोंडीरामनं दारूच्या दुकानाकडं बगितलं. सुटाचा खिसा चाचपला. थोडंफार चिल्लर पायसं हाताला लागलं. त्यो नरसूला म्हणाला,

"येक येक... कप दारू पिवून... जावू या..."

नरसूनं पिसवीचं त्वांड उगडून आत बगितलं. थोडं भाकरीचं तुकडं आणि सतरा मिसळीचं थोडं धान्य येवडंच होतं पिसवीत. पिसवीत बगतच तो म्हणाला,

"पयलंच काय मिळालं... न्हाय... तेवडंच येकांदा दुसरा रुपया तेला...

मिटाला व्हुयील... ऱ्हाव दी..''

लगीच धोंडीरामनं दोनी हात हावंत उडवत सुरुवात केली,

''आरं... आजचा दिस कसा तर... निगाला म्हंजी... झालं... उद्याचं उद्या बगाला यील... रोज च्यार घरं मागून खाणारास्नी... काय...?''

नरसूनं बी त्येच्या सुरात सूर मिसळला,

''व्हय की... उद्याचं... उद्या...''

असं म्हणत ती दोघंजण त्या दारूच्या दुकानात घुसली. त्यांनी रुपयं रुपयंची दारू पिली. दारूच्या धुंदीत बडबडत तळाकडं निगाली.

दारूच्या तारंत केवडं अंतर चालतू ही काय नरसूला कळीना. त्यानं हिकडं तकडं बगितलं. त्याला जवळ आल्यालं सावळी गाव दिसलं. गावाच्या आलीकडचं पडकं दिऊळ. बाबळीचं झाडं. दोन्ही हातानं आंगराख काडत तो म्हणाला,

''आरं... धुंडीबा... गप्पाच्या नादात बरंच लांब... आलू की.... ही न्हवं का सावळी गाव... आलं... आंगावरची कापडं काडाचं... सुदीक ध्यान न्हाय...''

काखंला लावल्याली पिसवी काडत धोंडीराम म्हणाला,

''खरंच की...आपुण गावाच्या जवळ... आलुय... चल आटीप लवकर...''

कापडं काडत तो म्हणाला,

''ही... आकाबाय पोटात गिली म्हंजी... कशाचंच ध्यान व्हत न्हाय...''

त्या दोघानं अंगावरची खाकी कापडं काडली. पिसवीतली धोतरं... आंगराख अंगावर घातली. खाकी कापडं पिसवीत भरली. पिसव्या काखंला मारून, दोघंजण तळाकडं चालू लागली. गावाला लागूनच मोकळ्या जाग्यावर त्यांच्या पाच-सा कुटुंबाचा तळ पडला होता. गावाजवळ आल्यावर नरसूनं तळाकडं नजर टाकली. तळाकडं बगितल्या बगितल्या त्येच्या पायातला जीव गेल्यासारका तो माटकन खाली बसला. तळावर लोकांची भलतीच गर्दी जमली होती. त्या गर्दीत त्यांच्यातली माणसंच त्याला दिसत नव्हती. तो येकदम का खाली बसला, हे धोंडीरामच्या काय लगीच ध्येनात आलं न्हाय. खाली बसल्याल्या नरसूच्या खांद्याला धरून हालवीत, त्यानं विचारलं,

''का... का... रं... काय झालं...?''

नरसूनं दोन्ही हातानं डोस्कं धरलं होतं. घाबरल्याल्या आवाजात तो म्हणाला,

''कसली तर.. कानू... पडल्याया जणू... कुणी काय केलंया... कुणाला ठावं...? समदा गाव तळावर जमलाय...?'' ते आयकून धोंडीरामची दारू पाक उतरली. त्याचं धाबं दणाणलं. त्यानं चटकन नजर तळावरनं फिरविली. नरसू खाली बसूनच बोलत होता,

''आपुण... जावावं... का नगू... न्हायतर आंग भरून... मार खायाला

लागील...''

धोंडीरामनं गंभीर चेहऱ्यानं थोडा येळ विचार केला आणि गंभीर आवाजात म्हणाला,

''आरं... काय झालंय...? ती बगालू नगू व्हय... बायका... माणसं... हायती... समदीच लोकं काय... सारकी असत्यातील व्हय...? चल उट...?''

नरसू उठला. जड पावलानं ती दोघंजण त्या माणसांच्या गर्दीकडं चालू लागली.

गंगाराम डवऱ्याची तरणीताठी बायकू, सखू रडत होती. रडून रडून तिचं डोळं लाल झालं होतं. डोस्क्यावरची केसं समद्या तोंडावरनं इस्काटली होती. तिच्या भवतीनं माणसांनी गर्दी केली होती. डवऱ्याची माणसं भिऊन आपल्या आपल्या संसाराच्या गटूळ्याजवळ बसली होती. सशासारकी कावऱ्या बावऱ्या नजरनं गावातल्या माणसांकडं बगत होती. सखू रडत रडत सांगत होती.

''म्या उगाच शिव्या.. दिल्या न्हायत्या..''

तिनं गर्दीतल्या सगळ्यात म्होरं आसलेल्या तरुणाकडं हात केला आणि म्हणाली,

''त्या... त्या... पोरानं... माजा हात धरला... आंगझटी कराला लागला... म्हणून... शिव्या दिल्या...''

गर्दीतल्या येका माणसानं त्या पोराला विचारलं,

''काय... रं... संप्या... त्वा त्या बायचा हात... धरलाच व्हय..?''

संपत दोन पावलं म्होरं आला आणि मोठ्यानं म्हणाला,

''खोटं... बोला लागल्याय... ती बाय... कागदं... चिंध्या... गोळा कराच्या... निमित्तानं... आमच्या परड्यातलं...काय...तर... चुरून न्ह्याला... बगत व्हुती..''

त्या डवऱ्याच्या पाच-सा कुटुंबाचा, म्होरक्याला, नागनाथला ते आयकवलं नाही. त्याचा त्येच्या जमातीवर इस्वास होता. तो वयस्कर नागनाथ लोकांच्या मधी आला आणि म्हणाला,

''आवं... मालक... आमी उपाशी मरू... पर कुणाच्या मालाला हात लावणार नाही. तुमी आळ... घ्या लागलाय आमच्यावर...''

जमल्याल्या माणसांतनंच कोणतर म्हणालं,

''ही भिकारी मस्तीला आल्याती... कायतर चुरून न्ह्याला बगत्याती... आणिक वर साळसूदपणाचा आव... आणत्याती... बांदून घालून माराला... पायजी.. भडव्यास्नी...''

तर कोण म्हणत होता.

''आरं.. जाव द्या सोडा.. त्येंची काय चूक हाय का न्हाय... त्ये तरी बगा... का गरिबास्नी... तंबी द्या लागलाय..''

दंग्याला, आरडावरड्याला ततं ऊत आला होता. नागनाथचा चेहरा रागानं फुलला होता. तो सखूजवळ आला. त्यानं सखूच्या हाताला धरून, रागारागानं विचारलं,

"सकू... त्वा सांग... खरं काय झालं... ती...?"

सखूनं पदरानं त्वांड पुसलं.. ती सांगू लागली.

"म्या... चिंद्या... कागदं.. जुनं लोकांड गोळा करत... व्हुती... ती बी.. गावच्या भवतीनं... दुपार झाली व्हुती.. कोण सुदीक नव्हतं. जुना पतरा पडला व्हता... ती घ्यासाठी म्हणून... म्या वाकली."

बोलता बोलता तिच्या डोळ्यात रागाच्या ठिणग्या पेटल्या. जळजळत्या नजरनं तिनं संपतकडं बगितलं. हात संपतकडं करत नागिणीसारकी फुत्कारली.

"आणिक त्येनं म्हागनं यिवून माजा... हात धरला... आंगझटी कराला बगा लागला. म्या वरडताना माणसं गोळा झाली.. मग म्या शिव्या दिल्या.."

रागाच्या भरात भराभर बोलल्यानं तिला धाप लागली. थोडा येळ थांबून. आगतिक होऊन, काकुळतीनं ती म्हणाली,

"नागबाबा, शपत... माजी काय बी.. चूक न्हाय.."

ती परत रडायला लागली. जमल्याली माणसं गपचिप आयकत होती. आंगात भूत आल्यासारकं हातवाऱ्या करत संपत म्हणाला,

"येऽऽऽ... भिकारडे... खोटं बोलत्यायाच व्हय..? त्वा चुरीच कराला आली... व्हुतीच.. आणिक वर शपता घ्या लागल्याय..."

असं म्हणतच तो सखूच्या अंगावर जाऊ लागला. गंगारामला.. आपल्या बायकूच्या अंगावर परकं माणूस मारण्यासाठी जात्यालं बगिवलं न्हाय. त्यो म्हणाला,

"आवं.. बाया माणसाच्या आंगावर... जाताया... तुमांला काय हाय का न्हाय...?"

खवळल्याल्या संपतनं गंगारामचं आंगराख धरलं. आपुण केल्याली कागाळी त्या बायनं लोकास्नी सांगितली. समद्या लोकाम्होरं शिव्या दिल्या. ह्येचा त्याला राग आला होता. त्या रागाच्या भरात त्यानं गंगारामला फाड फाड मुस्काडात मारल्या. आता आपणास्नी गावातली लोकं लय मारत्याती. गावाम्होरं आपुण काय करणार? चूक कुणाची हाय...? ही गावाला कशी कळणार...? ह्या विचारानं नागनाथ हात जोडत म्हणाला,

"माय बाप... आमचं चुकलं... म्या पदुर परसतू.."

असं म्हणत त्यानं धोतराचा सोगा पुढं पसरला. दीन, आगतिक चेहऱ्यानं तो म्हणाला,

"त्येला मारू... नगा... पोराच्या तोंडातनं चुकून गेलं..."

असं म्हणून त्यानं, गंगारामला संपतच्या हातातनं सोडवून घेतलं. धोंडीराम व नरसू ततं आली होती. त्या गर्दीतला एकजण म्हणाला,

"येऽऽऽ म्हाताऱ्या... त्येला नीट समजावून सांग... भिकाऱ्यानं आपल्या पायरीनं ऱ्हावावं.. आणिक आताच्या आता... हितनं तुमचं... गबाळ उचला... आयला समद्या... गावाला ताप द्याला आल्याती..."

धोंडीराम हात जोडत म्हणाला.

"आमी... जातू हितनं... आवं... तुमच्या आशीरवादानंच आमाला जगाचं हाय.. तवा तुमास्नी वायीट वंगाळ... बुलून कसं चालील...?"

गावातील माणसं डवऱ्यांस्नी शिव्या देत निगून गिली.

गंगाराम मनातल्या मनात चरफडत राहिला. त्या पाच-सा कुटुंबांनी चुलीवर ठिवल्यालं तवं तसंच व्हुतं, ती खाली उतरलं. हिकडं तकडं पडल्यालं सामान गोळा केलं. थाटल्या, भगुली, गाडगी, वाकळा ह्यांची गटुळी बांदली. आपला संसार गटुळ्यात बांदत बांदतच गंगाराम सखूला म्हणाला,

"उद्यापास्नं... त्वा चिंद्या... कागुद... गोळा कराला जावू नगंस..."

सखू दोन्ही हाताची बोटं मोडत म्हणत होती.

"वायीट वासनाचा व्हुता किरडीवाला... लोकात आब्रू जावू नी.. म्हणून माणसं... घिवून आला व्हुता... म्या त्येची... कागाळी सांगितली... उद्याच्याला... समदी लोकं तोंडात श्याण घालत्याली... म्हणून सोंग करत व्हुता..'

तिनं न्हवऱ्याकडं बगितलं. त्याचं आंगराख फाटलं व्हुतं. गालफाडावर हाताची बोटं उटली होती. तिचं अंत:करण भरून आलं. भरल्या अंत:करणानं ती म्हणाली,

"तुमांलाबी... मारलं... मुडद्यानं...त्येच्या हाताला साप... चावला..."

आपल्या संसाराचं गटूळं बांदत बांदत ती आपलं डोळं पुसत होती. गंगाराम उठला. त्यानं तिच्या पाठीवर हात ठेवला आणि म्हणाला,

"तुजं समदं खरं हाय... परं... आपलं आयकतया कोणं...?"

त्यानं संसाराचं फुटकं तुटकं सामान बोचक्यात भरण्यास सुरुवात केली.

त्या पाच-सा कुटुंबातली माणसं आपला दरिद्री प्रपंच्या साटवायच्या धांदलीत होती. साठवत साठवत बायका बडबडत होत्या. कोण सखूकडं बगत म्हणत होती.

"हिला... शिव्या द्याला कोण सांगितलं व्हुतं... कुणाला म्हायीत...? रोज येका... गावाला जायाचं... कसंतर दिस... काडाचं आसत्याती... आसं करा लागल्यावर... सारकं... सारकं... कुठपातूर पळाचं...?"

तर कोण म्हणत होती, "बरं केलं.. सकूनं... त्येला धडा शिकविला...

न्हायतर ह्या बाया... काय... बी... केलंतर खपवून... घ्येत्यात्या... आसं... लोकांस्नी वाटलं आसतं...''

समद्यानी आपल्या आपल्या संसाराची आवराआवर किली. दिवस मावळायला चालला होता. त्या पाच-सा कुटुंबातील माणसानं, बायकानं, पोरानं येक येक बोचकं डोस्क्यावर घेतलं. पोट घिवून जायील त्या दिशेनं जाण्यासाठी ती निगाली. तितक्यात येक नव-धा वरसाचं पोरगं, त्येंच्याकडं पळत आलं. घाबऱ्या घाबऱ्या त्येनं पन्नास रुपयांची नोट मुठीतनं बाहीर काडली. ती नोट हातात धरून, भ्येत भ्येत त्ये पोरगं सखूजवळ आलं. गपकन नोट तिच्याम्होरं टाकत म्हणालं,

''ही नोट संपतनानानं तुला दिल्याय...''

येवडं बुलून ते पळत म्हागारी गेलं. त्या नोटंकडं बगून, सखूच्या कपाळावरची शीर तटकन फुगली. तिचा चेहरा लालबुंद झाला. ती विचार करू लागली. ह्या कागदाच्या तुकड्यानं ह्यो हालकट माजी आबरू इकत घ्याला बगतुया.. आपली आबरू जावूनी म्हणून तिची किंमत दितुया... तिचं डोळं आग वकायला लागलं. रागानं तिच्या हातापायाला कापरं भरल्यासारखं झालं. तिरस्कारानं ती स्वत:शीच बोलल्यासारकी म्हणाला,

''आमी... आमच्या आबरूसाटी पराण दिवू... पर तिला जपू... आसल्या कागदाच्या तुकड्याला.. कवा भुलणार न्हाय...''

असं म्हणतच ती त्या नोटंवर पचकन थुंकली. गंगारामनं तिच्या त्या भेसूर आवताराकडं बगून, संसार बांदल्यालं गटूळं उचललं आणि त्या नोटंकडं ढुकूनबी न बगता तिच्याबरुबर चालू लागला...!

कसरत

बेशुद्ध पडलेल्या लक्षीच्या डोक्यातून रक्त येत होते. वेदनेनं चेहरा वेडावाकडा झाला होता. तिचा उजवा हात कोपरापासून लोंबकळत होता. तिचा नवरा बंड्या तिच्या शेजारी बसून डोळ्यांतून पाणी टाकत होता. सात वर्षांचा उमश्या आईला हलवून हलवून विचारत होता.

''आयऽऽऽ... तुला काय झालंय...? त्वा बोलत का न्हायीस...?''

आई बोलत नाही असं बघून तो जास्तच रडत होता. पाच वर्षांची बानी दोन्ही हातांनी आईचा चेहरा धरून,

''आयऽऽऽ आयऽऽऽ...'' करीत होती. जमलेली माणसं तिच्याकडं आणि रडणाऱ्या मुलांकडं बघून हळहळत होती, कोणी म्हणत होता.

''माणसाच्या जलमाचं काय खरं न्हाय..''

माणसं थोडा वेळ थांबत होती आणि निघून जात होती. बंड्याच्या चेहऱ्यावर चिंतेच्या रेषांनी जाळं केलं होतं. डोळ्यांतून टपकणारं पाणी दाढीच्या वाढलेल्या खुंटावरून खाली घरंगळत होतं. रडणाऱ्या मुलांकडं बघून भरल्या डोळ्यांत वेदनांच्या छटा उमटत होत्या. थरथरत्या हातानं त्यानं, फाटक्या धोतराचा सोगा धरला. त्या सोग्यानं लक्षीच्या डोक्यातून येणारं रक्त पुसू लागला. उमश्या रडत रडत बापाला म्हणाला,

''बाबा आयला... काय झालंया... ती बोलत का न्हाय...?''

त्यानं नजर उचलून पोरांकडं बघितलं. केविलवाण्या चेहऱ्यानं रडत असलेल्या लेकरांना पोटासाठी ही कसली वेळ आली...? या विचारानं त्याला हुंदका अनावर झाला. दोन्ही मुलांना जवळ घेऊन रडू लागला. तो रडत रडतच म्हणत होता.

''बाळाऽऽऽ... आपली येळ म्हणाची... प्वाट जाळाचं हाय...''

उघडी-नागडी बानी बापाला बिलगून रडायला लागली. बंड्या आपल्याच

विचारात एकटक समोर बघत होता. हे कसं झालं..? या प्रश्नानं त्याला अस्वस्थ केलं होतं. तो झालेल्या घटनांची जुळवाजुळव करू लागला.

सकाळपासून बंड्या आणि लक्षी आपल्या फाटक्यातुटक्या संसाराची बोचकी डोक्यावर घेऊन, दोन्ही मुलांना बरोबर घेऊन चालत होती. बंड्यानं फाटक्या लुगड्याच्या कापडात बांधलेलं भलं मोठं गाठोडं डोक्यावर घेतलं होतं. त्या गाठोड्यात जरमनची दोन फुटकी भगुली, तीन चार काळपट थाटल्या, एक तवा आणि पोटाची आग विझविण्यासाठी काहीतरी वाळलं ओलं शिजवून खाता येईल असं उपयोगी पडणारं साहित्य होतं. उजव्या खांद्याला ढोलकं अडकविलं होतं. लक्षी दोन लांब वेळूच्या काठ्या, वर्तुळाकार लोखंडी कडं, अणकुचीदार लोखंडी सळ्या अशा प्रकारचं कसरत करून पोट भरण्यासाठी लागणारं साहित्य घेऊन चालत होती.

दोन फाटकी पोती, सतरा भस्कं पडलेली वाकळ, थोडीफार फाटकी तुटकी कापडं या सर्वांचं गाठोडं करून तिनं पाठीशी टाकलं होतं. अनेक रंगाच्या ठिगळानं जोडलेलं लुगडं तिच्या शरीराला अपुरं पडत होतं. तिच्या केसांचं टोपलं झालं होतं. उमश्या मातीची घागर आणि काही लहानसहान साहित्य घेऊन चालत होता. बानी त्यांच्याबरोबर पळत होती. उन्हाचा जोर जसजसा वाढू लागला तसं उमश्याला आणि बानीला चालणं जमेना झालं. उन्हामुळं जमीन तापू लागली. त्यांच्या अनवाणी पायाला चटकं बसू लागलं. दोन्ही पोरांच्या उघड्या अंगाला उन्हाचं चटकं बसू लागलं. उन्ह चांगलंच वाढलं. त्यांच्या भुकेनं व्याकुळ झालेल्या चेहऱ्यावरून घामाच्या धारा वाहू लागल्या. बानी रडू लागली, रडत रडत म्हणत होती,

"आयऽऽऽ... मला चालाला येत न्हाय... पाय भाजा लागल्याती..."

लक्षीनं मुलीकडं बघितलं. तिच्या डोक्यावरून हात फिरवीत म्हणाली,

"त्या... ततं... गेल्यावर गाव येतंया..."

आपला हात पुढं करून सांगू लागली.

"ततं गेल्यावर ख्योळ कराचा हाय... तवर चाल...."

पाय आपटत उमश्या म्हणाला,

"मला.. भूक लागल्याय... आजून केवडं... चालाचं हाय...?"

लक्षी चालता चालता उभी राहिली. उमश्याला जवळ येऊ दिलं. त्याला बरोबर घेऊन चालत ती त्याची समजूत काढू लागली.

"बाबा... ख्योळ केला म्हंजी... आपणाला भाकर मिळत्याया... पयसं मिळत्याती.. मग भाकर खायाची... येवडं गाव यीव पातूर चाल... म्हंजी... तुला धा पयसं दिती.."

आलेला कंटाळा नाहीसा झाल्यासारखं, उमश्या उत्साहानं म्हणाला,.
"मला पयसं... दितीयाचं..? मग चालतू..."

लगेच बानीनं सूर लावला, "आयऽऽऽ... मला... न्हाय पयसं देत...?"

लक्षी स्वत:शीच हसली. डोक्यावर वेळूच्या काठ्या सरळ करीत म्हणाली,
"व्हयं... बाय... तुला बी पयसं दिती..."

बंड्या बराच पुढं गेला होता. रस्त्यावर एखादं गाव असलं तर तिथं खेळ
करावा. लेकरं सकाळपासून उपाशीतापाशी चालायला लागलीत. खेळ केल्याशिवाय
त्यांच्या पोटाला काही घालता येणार नाही. त्याच्या विचारातच तो भराभर
चालत होता. त्यानं मागं वळून बघितलं. लक्षी आणि मुलं बरीच लांब राहिली
होती. त्यानं डोक्यावरील गाठोडं खाली ठेवलं. तो खाली बसला. तंबाखूची
लहान पिसवी काढली. थोडी तंबाखू हातावर घेऊन तिच्यात चुना टाकला.
तंबाखू मळून तोंडात टाकली. पिसवी कमरेला लावली, लक्षी मुलांना समजावत
घेऊन आली. दोन्ही मुलं रडत होती. लक्षी नवऱ्याला म्हणाली,
"आवं... लेकरं... भुकंनं हैराण झाल्याती... उनातानाचं चालून पेकाळल्याती...
कसं कराचं...?"

बंड्या गाठोडं उचलून घेत म्हणाला,
"हितनं.. मैलबर चाललं म्हजी कुमठं गाव येतंया.. ततं जावून ख्योळ करू
म्हणं... हित वाटतंच बसून काय कराचं...? पोटाला काय खायाचं...?"

एका हातानं कपाळावरील घाम पुसत लक्षी म्हणाली,
"लेकरं भेलकांडाय लागल्याती... माजं सुदीक पाय मेटाकुटीला आल्याती
आणि आशातच कसा ख्योळ कराचा. जीव नगुसा झालाय..."

बंड्या चालता चालता स्वत:शीच बोलल्यासारखा पुटपुटला.
"न्हायतर आपल्या.. पोटाला कोण दील...?"

लक्षी आपल्याच विचारात चालत होती. उमश्या आणि बानी रडत, पाय
आपटत आई बापाच्या मागं चालत होती.

दिवस पश्चिमेकडे झुकला होता. उन्हाची तीव्रता थोडी कमी झाली होती.
बंड्याचं कुटुंब कुमठे या गावाला आलं. काही माणसं कामावरून, शेतातून
घराकडं येत होती, काही घरातून बाहेर पडत होती. गावातील भरवस्तीत
बंड्याचं कुटुंब आलं. मारुतीच्या देवळासमोरील पटांगणात त्यानं आपला संसार
टाकला. लक्षीनं गाठोडी व्यवस्थित ठेवली. दोन्ही मुलं भूख लागली म्हणून
रडायला लागली. बंड्या खेळ करण्यासाठी लागणारं साहित्य एकत्र करू लागला.
दमलेली मुलं रडत रडतच गाठोड्याला टेकून झोपी गेली. ढोलगं खांद्याला
अडकवीत बंड्या लक्षीला म्हणाला,

"त्या पोरास्नी उठीव... तासबर कसातर ख्योळ करू... सांच्याला कुठंतर न्हायाला जागा बगाला पायजी."

झोपलेल्या मुलांना उठविणं लक्षीच्या जीवावर आलं होतं. ती उठली, मुलांच्या जवळ गेली. त्यांच्या तोंडावरून मायेनं हात फिरवीत म्हणू लागली,

"उठा रं...! आपणांस्नी ख्योळ कराचा हाय... तुमांला खायाला भाकर नगू का...? ख्योळ केला म्हंजी झोपा..."

भुकेनं व्याकुळ झालेली मुलं डोळं चोळत उठली. बंड्यानं ढोलगं वाजविण्यास सुरुवात केली. ढोलग्याचा आवाज ऐकून घराघरातील मुलं, "डोंबाऱ्याचा ख्योळ आलाऽऽऽ." म्हणून पळत येऊ लागली. थकल्या हातानं बंड्या ढोलगं वाजवीत हाता. ढोलग्यावर थाप मारतच तो म्हणत होता,

"ह्येऽऽऽ पळाऽऽऽ पळाऽऽऽ ख्योळ आला... कोलांट्या उड्याऽऽऽ काठीवर हुबा... न्हायाचऽऽऽ... याऽऽऽ याऽऽऽ..."

मुलं, बायका, माणसं तिथं गर्दी करू लागली. लक्षी काट्या, वर्तुळाकार लोखंडी कडं, सळ्या, दगडं असे कसरतीसाठी लागणारे साहित्य व्यवस्थित ठेवत होती. उमश्यानं अंगातील फाटकी अंगराख काढली. बानी आळस देत देत त्याच्याबरोबर उभी राहिली. माणसांची गर्दी वाढत असलेली बघून बंड्याला जास्तच चेव आला. तो मोठ्यानं बडबडत ढोलगं वाजवीत होता. बंड्या ढोलगं वाजवीत म्हणाला,

"आता... ही पोरंऽऽ... ढोलग्याच्या तालावर कोलांट्या... उड्या.. मारत्याली..."

तो मोठ्यानं बडबडू लागला.

"ह्येऽऽऽ चलाऽऽऽ... चलाऽऽऽ..."

उमश्या आणि बानी ढोलग्याच्या तालावर उलटसुलट उड्या मारू लागली. दोन्ही पाय वरती करून हातावर चालू लागली. भुकेमुळं, थकव्यामुळं भेलकांडून ती मुलं मध्येच पडत होती, जमलेली माणसं ही एक गंमतच करतात म्हणून मोठमोठ्यानं हसत होती. बंड्याचं अंत:करण तीळतीळ तुटत होतं. लक्षी पडलेल्या मुलांना उचलून परत, उड्या मारण्यास, हातावर चालण्यास प्रवृत्त करीत होती. माणसं बरीच जमली. लक्षीनं एका गाठोड्यातून चिंध्या काढल्या. त्या गोल लोखंडी कड्याच्या चारही बाजूंनी बांधल्या. त्या बांधलेल्या चिंध्यावर रॉकेल टाकले. त्या चिंध्या पेटवल्या. गोलाकार लोखंडी कड्याच्या भोवतीनं जाळ झाला. बंड्या जोरजोरानं ढोलगं बडवू लागला. एका काठीला ते जळत असलेलं गोलाकार कडं बांधून, लक्षीनं एका विशिष्ट उंचीवर धरलं. प्रथम उमश्यानं त्या गोल कड्यातून उडी मारली. लक्षीनं त्या कड्याला थोड्या कमी

उंचीवर धरलं. त्या वेळी बानीनं त्याच्यातून उडी मारली, जमलेली माणसं आपापसात कुजबुजत होती.

"च्या मारी... किवडी पोरं हायती.. नुसतं फोकावानी लवत्याती... जाळातनं... कसा आरपार सूर मारत्याती..."

दुसरा एखादा माणूस म्हणत होता.

"आरं... ह्येंच्या अंगात हाडंच हाय... का न्हाय.. कुणाला ठावं...पार... समद्या आंगाची कमान करत्याती..."

माणसं आश्चर्य व्यक्त करीत होती. परंतु बंड्याला मात्र समजून चुकलं होतं की, आता मुलांना काहीच करता येणार नाही. उपाशी पोटी त्यांना धड नीटसं उभं राहता येत नाही. आपण त्यांना असंच काम करायला लावलं तर, एखाद्याचा तोल जाऊन हातपाय मोडेल.

बंड्यानं खांद्याला अडकविलेलं ढोलगं काढून खाली ठेवलं, त्यानं वेळूची उंच काठी घेतली. ती काठी हातात घेऊन तो बघणाऱ्या माणसांनी, मुलांनी केलेल्या गोल रिंगणातून बडबडत फिरू लागला.

"आताऽऽऽ ह्या काठीवर... माजी बायकू.. येका... पायावर हुबी ऱ्हाणार. हाय.. तुमाला.. आमच्या आंगातली कला दावतो... पर..."

तो दीनवाणा लाचार चेहरा करून पुढं बोलू लागला.

"आमा... गरिबाच्या पोटाला... थुडी... थुडी... भाकर आणिक कोरड्यास आणून द्या... आमच्या आतम्याचा तुमांस्नी आशीरवाद लागील... लेकरं सकाळपास्नं उपाशीच हायती.."

लक्षी फार थकली होती. नेहमीसारखं काठीवर उभं राहता येईल की नाही या विचारानं तिच्या डोक्यात गोंधळ घातला होता. बानी आणि उमश्या दमून गाठोड्याला टेकून बसली होती. बंड्याच्या डोक्यात अनेक शंकाचं काहूर माजलं होतं. तरीपण आपण काहीतरी कला करून दाखविल्याशिवाय आपणाला कोणी भाकरीचा तुकडा देणार नाही. आपल्या मुलांच्या आणि आपल्या पोटाला अन्न मिळणार नाही. शिवाय दोन्ही मुलं थकली आहेत. त्यांच्यानं कसलाच खेळ करणं शक्य नाही या विचारानं त्यानं तो निर्णय घेतला होता. आपला धीर खचू नये म्हणून तो उमश्याला म्हणाला,

"ये ऽऽऽ त्वा ढोलकं वाजीव ऽऽऽ"

पेकाळून गेलेल्या उमश्यानं ढोलगं घेतलं, आणि "ह्येऽऽऽ ह्येऽऽऽ नवा ख्योळ ऽऽऽ नवा ख्योळ ऽऽऽ..." म्हणत वाजवू लागला. माणसं कुतूहलाने त्यांच्याकडं बघू लागली. लहान मुलं, त्या गर्दीतून पुढं येण्याची धडपड करू लागली. मोठी माणसं, बायका टाचा उचलून माना वर करून बघू लागल्या.

एका पायावर काठीवर कसं उभा राहता येतंय...? हे बघण्याची लोकांची आतुरता वाढत होती. लक्षीनं फाटकं लुगडं घट्ट आवळून बांधलं. बंड्यानं दोन्ही हातांनी काठी धरली. काठी हलू नये म्हणून सर्व ताकतीने त्याने काठी मजबूत पकडली. उमश्या जोरजोराने ढोलगं वाजवू लागला. लक्षी सरसर काठीवर चढली. ती काठीवर चढलेली बघून, जमलेली माणसं म्हणू लागली,

"शाब्बास...! ह्येला म्हंत्याती कला.."

तर कोण म्हणत होता,.

"ह्या जातीच्या बायकाच लय धिट आसत्यात्या..."

लक्षी काठीवर उभी राहण्याचा प्रयत्न करू लागली. परंतु दिवसभराच्या चालण्याने, अशक्तपणाने तिला नेहमीसारखं उभं राहता येईना. तिची ती अवस्था बघून, बंड्याचं अवसानच नाहीसं झालं. काय करावं? ते त्याला सुचेना, तो तिला प्रोत्साहन देण्यासाठी काठी घट्ट धरूनच बडबडू लागला.

"शाब्बासऽऽऽ मैना... शाब्बास..."

माणसं श्वास रोखून तिच्याकडं बघू लागली. लक्षीनं उजव्या पायाच्या मध्यभागी काठीचं टोक धरलं आणि डावा पाय बाजूला घेऊ लागली. अशक्तपणानं तिला ग्लानी आली होती. त्या ग्लानीतच तिचा तोल एका बाजूला झुकला. ती आठ-नऊ फुटांवरून खाली कोसळली.

बराच वेळ झाला तरी हा माणूस गप्पच बसला आहे हे बघून एक माणूस बंड्याला म्हणाला,

"अरं... ये... डोंबाऱ्या, आसा समादी लागल्यावाणी का बसलायीच..? ती बाय मरून... जायील... त्या वरच्या गल्लीत... कुंडीबा माळी हाय.. त्येला... कळतंय... त्यो सुदीवर आणील तिला.. आणिक हातपाय... मोडला आशील तर.. त्यो बसीवतुया..."

त्याच्या बोलण्यानं बंड्या भानावर आला. तुरळक माणसं दिसत होती. लहान मुलं भोवतीनं गोळा झाली होती. उमश्या, बानी रडत होती. बंड्या थरथरत उठला. त्या बोलणाऱ्या माणसांकडं बघत म्हणाला,

"मालक... कुठशी.. हाय... त्येंचं घरं... तिचा हात... मोडलाय... आजून सुदीवर बी... यीना..."

त्या माणसाने गावाच्या पश्चिमेला हात केला. आणि म्हणाला,

"जा घिवून... लवकर... न्हायतर मारून टाकचील... त्या बिच्यारीला..."

डोळ्यातनं येणारं पाणी पालथ्या हातानं पुसत बंड्या म्हणाला,

"जातू... जातू... बरं झालं.. तुमी सांगितलं ती.. मला तर काय कळीनाच झालंय..." बंड्यानं लक्षीला उचललं. दोन्ही हातावर आडवं घेतलं. तिचा

कोपरापासून लोंबकळणारा हात उमश्यानं उचलून धरला. तो वरच्या गल्लीकडं निघाला. बानी रडत ''आयऽऽऽ... आयऽऽऽ...'' करत त्यांच्या मागं पळू लागली. लक्षीला उचलून नेत असलेलं बघून बायका हळहळत होत्या. कोणी म्हणत होत्या.

''काय गं बाय... गरिबावर येळ आली. पोटासाठी काय बी कराला लागतंय माणसांला...''

तर कोणी म्हणत होत्या.

''बिच्यारीची लेकरं परदीशी व्हुयाची...''

त्यांचं बोलणं ऐकून बंड्याच्या पोटात भीतीचा गोळा उठत होता. अनेक विचार त्याच्या डोक्यात थैमान घालीत होते. जर आपल्या बायकोचं बरं वाईट झालं तर... तो अस्वस्थ झाला. तो तिला घेऊन जात असतानाच घट्ट आवळून धरू लागला. बाप आईला आवळून का धरतो आहे हे उमश्याला समजेना. बंड्या आपल्याच विचारात चालत होता. त्या माणसानं पैसं मागितलं तर काय करायचं? खेळ मधीच बंद पडल्यामुळं कोणी पाच दहा पैसंसुद्धा टाकलं नाहीत. भाकरीच्या तुकड्यासाठी आपणाला जिवावर बेतणारी कसरत करावी लागतेय. आज भाकरीचं तुकडंही मिळालं नाहीत.

तो विचारत विचारत कोंडीबा माळ्याच्या घराकडं चालू लागला. एका घरासमोर उभा राहून क्षीण आवाजात म्हणाला,

''मावशी... हिकडं... कुंडीबा माळ्याचं घर कुठं हाय...''

घरातून एक बाई बाहेर आली. तिनं त्याच्या हातावर आडवं झोपविलेल्या लक्षीला बघितलं. दयेनं भरलेल्या सुरात ती म्हणाली,

''हितनं... तिसरं घर.. कुंडीबा मामाचं हाय... पर ह्या बायला काय झालंय गा...?''

जड पावलानं पुढं जात बंड्या म्हणाला,

''ख्योळ करताना पडल्याया...''

तो कोंडीबाच्या घरासमोर आला. कोंडीबा माळी शेळीसाठी वाकाची दोरी वळत बसला होता. उभा राहूनच बंड्या म्हणाला,

''मालक, आमी डोंबाऱ्याचं हाय... सकाळपास्नं पोटाला आनं न्हाय.. म्हणून ख्योळ कराला गिलू... तर... ही माजी.. बायकू..''

त्याला पुढं बोलवेना. तो दाटल्या कंठानं तसाच गप्प राहिला. आशेनं कोंडीबाकडं बघू लगाला. कोंडीबानं हातातली वाकाची दोरी बाजूला ठेवली. गडबडीनं उठून घरात गेला. घरातून एक घोंगडं आणलं. ते घोंगडं पसरत तो म्हणाला,

"ह्या बायला खाली झोपवा... आणिक काय काय.. झालं ती... सांगा..."

बंड्यानं लक्षीला त्या घोंगड्यावर ठेवलं. उमश्या आईचा हात धरून बसला. बानी आईच्या जवळ बसली. रडून रडून त्यांच्या डोळ्यातलं पाणी आटलं होतं. गालावरून ओघळणाऱ्या पाण्यात माती चिटकून बसली होती. बंड्यानं जे घडलं ते सांगण्यास सुरुवात केली. कोंडीबा त्याचं ऐकत ऐकत घरात गेला. त्यानं तांब्याभर पाणी, एक कांदा आणला, तो तिच्या तोंडावर पाणी शिंपडू लागला. कांदा फोडून तिच्या नाकाजवळ धरला. बंड्या भरल्या आवाजानं सांगत होता,

"उशीर झाला... ती आजून सुदीवर आली न्हाय... मला भ्या वाटा लागलंय..."

कोंडीबा पाणी शिंपडत म्हणाला,

"तिला... काय व्हत न्हाय... तिला लय थकवा आलाय... त्यातच डोस्कं फुटून रगात गेलंय म्हणून ती बेसुद पडल्याया..."

दोन्ही पोरं एकटक आईच्या चेहऱ्याकडं बघू लागली, लक्षी हळूहळू शुद्धीवर येऊ लागली. ती पापण्या उघडण्याचा प्रयत्न करीत होती. पापण्या उघडल्या की, अंधारी मारत असल्यामुळं ती परत पापण्या मिटत होती. ती शुद्धीवर येत असलेली बघून, बंड्यानं सुटकेचा निःश्वास सोडला. कोंडीबा तिचा कोपरापासून निखळलेला हात बसवू लागला. त्या हाताच्या वेदना तिला शुद्धीवर येताच जाणवू लागल्या. ती तडफडू लागली. तिची तडफड बघणं बंड्याला असहाय्य झाला. बानी बापाला विचारू लागली.

"बाबा... आय... कसं करा लागल्याय बग..."

कोंडीबा त्या लहान मुलीकडं बघत म्हणाला,

"त्येला काय व्हत न्हाय बाळ... तुजी... आय आता बरी झाल्याय..."

त्यानं तिचा हात बसविला. एका कापडानं हात बांधला.. लक्षी चांगलीच शुद्धीवर आली होती. ती कसंतरी उठून बसली. दोन्ही मुलं आईला बिलगून बसली. ती मुलांना कवटाळून रडायला लागली. कोंडीबानं एक फडकं घेतलं. त्यानं तिचा हात गळ्यात अडकविला. हाताची हालचाल झाल्यानं तिच्या वेदना वाढत होत्या. कोंडीबा म्हणाला,

"आता काय काळजी करू नगा.. ह्येला काय व्हत न्हाय.. पर च्यार पाच दिस ह्या हाताची हालचाल.. व्हु दिवं नगा..."

भीत भीतच बंड्यानं विचारलं.

"केवडं पयसं... द्याचं तुमास्नी...?"

कोंडीबानं त्यांच्यावरून नजर फिरविली. दुःखाने, लाचारीने, अगतिकतेने,

काळवंडलेले चेहरे, त्याच्याकडं आशेने बघत होते. सवयीनुसार मान हालवीत कोंडीबा बोलू लागला,

"तुमी भाकरीच्या... तुकड्यापायी.. जीव धोक्यात घालताया.. समद्यां म्होरं हात पसरून... पाच धा पयसं गोळा करताया... तुमांकडनं म्या कसं पयसं घ्येवावं..?"

बंड्याचं अंत:करण भरून आलं. त्याच्या डोळ्यांतून टपकन पाणी पडलं. कृतज्ञतेच्या भावनेने त्याला गहिवरून आलं. भिजलेल्या स्वरात तो म्हणाला,

"देवासारखं... तुमी आमांला भेटला... न्हायतर आज माज्या बायकूचं... ह्या लेकरांसनीचं काय झालं असतं...?"

कोंडीबानं उजवा हात उचलला. त्याच्या पाठीवर ठेवत म्हणाला,

"ही... बग... तुला येळ... आली म्हणून... त्वा माज्या दारात आलाच... न्हायतर आपुण... कवा येक दुसऱ्याला दिसलू सुदीक नसतू... तुज्याकडनं च्यार पयसं घिवून काय... माज्या जलमाला पुराचं हायती व्हय...?"

लक्षी आपल्या वेदना विसरून त्यांच्याकडं बघत राहिली. ती म्हणाली.

"तुमच्यासारकी माणसं आजून हायती म्हणून... तर आमच्यासारक्यांस्नी जगाला येतंया... आजकाल माणसांपसलं माणूसपणच ऱ्हायलं न्हाय बगा.."

मिष्किलपणं हसत कोंडीबा म्हणाला,

"खरं हाय बाय... तुजं... समदं पैश्यावर विका लागलंय... माणूसपण सुदीक पैश्यानं इकलं जातंय.."

स्वत:शीच बोलल्यासारखं तो म्हणाला,

"आज पयश्यालाच देव मानत्याती... मग ततं माणुसकी कुटली याची...?"

थोड्या वेळानं बंड्याकडं बघून त्यानं विचारलं,

"कुटं ऱ्हालाया...?"

त्या बरोबर बंड्याला आपल्या साहित्याची आठवण झाली. तो गडबडीनं उठत म्हणाला,

"आमचं समदं सामान ख्योळ करत्याल्या जागीच पडलंया... आमी निगतू..."

त्यानं कोंडीबाचा निरोप घेतला.

लक्षीला धरून तो खेळ केलेल्या जागेकडं येऊ लागला. तो मुलांना म्हणाला,

"तुमी दोगंजणं पळत म्होरं जावा... ततं काय काय हाय ती बगा..."

लक्षी थकल्या स्वरात म्हणाली,

"समदं... उगड्यावर इस्काटून पडलं व्हुतं... काय झालंया कुणाला ठावं...?"

दोन्ही मुलं पळत पुढं गेली. बंड्या लक्षीला धरून गडबडीनं चालू लागला. तो खेळ करीत असलेल्या जागेच्या जवळ आला. त्यानं समोर बघितलं. उमश्या

आणि बानी इकडं तिकडं शोधत होती. त्याच्या संसारातील निम्मं-अर्ध साहित्य नाहीसं झालं होतं. ते दोघंजण मुलांनी गोळा केलेल्या निम्म्या अर्ध्या संसाराकडं आणि मोडलेल्या हाताकडं पाहत राहिले.

■

बैठक शोधयात्रेची

"कार्यकर्त्यांनी कितीही शंका काढल्या,अडचणी मांडल्या तरी... शोधयात्रा निघणार... कोणी शोधयात्रेत नाही सामील झाले तरी.. आम्ही दोघं-तिघंजण का होईना चालणार आहोत.."

संघटनेचे अध्यक्ष सुरेश चव्हाण ठामपणे बोलत होते. त्यांनी पुढे बोलण्यासाठी तोंड उघडले, तसे तुकाराम जाधव ताडकन उठले. त्यांच्या भिवया आपोआप चढल्या. अध्यक्षांच्याकडे हात करीत ते म्हणाले,

"तुम्ही दोघं-तिघंजणच शोधयात्रा काढणार होतात तर... मग आम्हा कार्यकर्त्यांना इथं बोलावलंच कशाला...?"

त्यांच्या या प्रश्नानं अध्यक्षांच्या कपाळावर आठ्यांचं जाळं निर्माण झालं. महाराष्ट्रातील विविध ठिकाणांहून, भटक्या विमुक्त जमातींचे सुमारे शंभर सव्वाशे कार्यकर्ते, या बैठकीला उपस्थित होते. बराच वेळ आपापले विचार मांडणारे कार्यकर्ते अवाक् होऊन, त्यांच्याकडे बघत होते. बैठकीचे वातावरण चांगलेच तापले. अध्यक्षांनी समोरच्या कागदांची चाळवाचाळव केली. जळजळीत नजरेनं तुकारामकडे बघत म्हणाले,

"तुम्हांला यावयाचे नसेल तर... तुम्ही येऊ नका.."

एका महत्त्वाच्या प्रश्नावर आयोजित केलेल्या बैठकीला वेगळेच स्वरूप येत असलेले बघून संघटनेतील अनुभवी आणि प्रौढ कार्यकर्ते कुजबूज करू लागले. गेली बारा-तेरा वर्षापासून संघटनेचे काम तळमळीने करणारे संघटनेचे कार्याध्यक्ष सदाशिव रेणके उठून उभे राहिले.त्यांनी डोळ्यांवरील चष्मा काढून हातात घेतला आणि बोलू लागले.

"हे बघा...! थोडं... शांततेनं विचार करा... असं एकमेकांवर भडकून... त्यातून काय निष्पन्न होणार आहे...?"

थोडा वेळ थांबून त्यांनी सर्व कार्यकर्त्यांवरून नजर फिरविली आणि पुढे

बोलू लागले,

"अशाने कार्यकर्ते दुरावतील... कार्यकर्त्यांच्या सहकार्याशिवाय... संघटनेला कोणतेच कार्य करता येणार नाही. शोधयात्रा काढल्याने भटक्या विमुक्त जमातींच्या लोकांना त्याचा उपयोग काय होणार आहे...? त्यावर किती वेळ आणि शक्ती खर्च करावी? हे ठरविणे गरजचे आहे...''

ते बोलत असतानाच तुकाराम जाधव खाली बसत म्हणाले,

"प्रत्येक बैठकीला.. अध्यक्ष स्वत:ची मतं कार्यकर्त्यांवर लादण्याचा प्रयत्न करतात. आमच्याही काही अडचणी आहेत. त्याचा विचार करायला नको का...?''

भटक्या विमुक्तांच्या विकासासाठी कार्य करणाऱ्या ह्या संघटनेच्या बैठकीला गुलाब प्रथमच आला होता. तो भांबावलेल्या अवस्थेत गेले तासभर अशा प्रकारांकडे पाहात होता. तो स्वत:च्याच विचारात गुरफटून गेला. आपण किती आशाआकांक्षा उराशी बाळगून या बैठकीला आलो होतो? आपणाला काहीतरी शिकता येईल? आपल्या भटक्या बांधवांसाठी काहीतरी कार्य करता येईल? आपण आपल्या समाजाच्या माणसांजवळ, किती ठामपणे बोलत होतो? अशा अनेक विचारांच्या वावटळीत भरकटत असतानाच त्याला तो प्रसंग आठवला.

रामापूरला नंदीवाले जमातीची दहा-अकरा पालं राहिली होती. त्या दहा-अकरा कुटुंबातील पुरुष माणसं आपापल्या बैलांना घेऊन, जवळपासच्या गावांना भिक्षा मागण्यासाठी गेली होती. तर गोयाप्पा त्याच गावात नंदीबैल घेऊन फिरत होता. दारोदार बैलाला फिरवत होता. एखाद्या घरासमोर जाऊन, बैलाला म्हणत होता,

"आवंदा पाऊस... पडील का बाबाऽऽऽ...''

असं म्हणताच बैलाच्या वेसणीला हिसडा देत होता. झूल घालून सजविलेला बैल, हिसडा बसताच मान हालवीत होता.

"पाऊस पडतुय.''

असं म्हणतच माणसं, बायका, मुलं त्याला अर्धी चतकोर भाकरी, पसामूठ धान्य देत होती. नंदीवाल्यांची लहान मुलंही हातात ताटं, भगुली घेऊन, गावात भीक मागत होती. बायका, तान्ही मुलं पाठीशी बांधून, खांद्याला पोथडी लावून फिरत होत्या. सुया, बिबं, काळं मनी, कंगवं, फण्या, दाभणं असल्या वस्तू भाकरी घेऊन, मिळेल तसलं धान्य घेऊन विकत होत्या. दुपारची एस. टी. आली. एस. टी. चा आवाज ऐकून गोयाप्पा गडबडीनं बैलाला ओढत घेऊन बस थांब्याकडं येऊ लागला.

गुलाब बसमधून उतरला. इकडे तिकडे नजर फिरविली. समोरच त्याला वडील बैल धरून, उभे असलेले दिसले. ठिगळं लावलेला कोट, फाटकं तुटकं अंगराख, विविध ठिकाणी तुणून शिवून घातलेलं धोतर, पागोट्याची चिंधी डोक्याला गुंडाळलेली, खांद्यावर झोळी. अशा अवतारातील वडिलांकडं बघून, त्याचं अंत:करण भरून आलं. तो वडिलांकडं जाऊ लागला. विजार, शर्ट घातलेल्या मुलाला बघून, गोयाप्पाचं काळीज सुपारीसारखं झालं. जवळ आलेल्या मुलाला बघून, हसऱ्या चेहऱ्यानं म्हणाला,

"त्वा आज येणार हायीच हितं म्हणूनशान म्या.. गावातच... फिरत व्हुतू... फेपर झालं का...?"

दाटल्या कंठानं गुलाब म्हणाला,

"हो... झालं..."

त्याला पुढं बोलवेना. गोयाप्पानं उत्सुकतेनं विचारलं.

"मग त्वा फास झालाच का...?"

तशा स्थितीतही त्याला वडिलांचं हसू आलं. तो म्हणाला,

"बाबा... लगेच समजत नाही. पास नापास.... दोन-तीन महिने तरी लागतील..."

वडिलांबरोबर पालाकडे जात जातच तो बोलत होता.

"केंद्राची परीक्षा असते... पेपर तपासण्यासाठी दुसरीकडं जातात.."

गोयाप्पा मान हालवीत बैलाला ओढत त्याच्याबरोबर चालत होता.

दुपारचं उन्ह बरंच वाढलं होतं. भीक मागायला, सुया, बिबं, मनी विकण्यासाठी गेलेली माणसं, बायका आल्या होत्या. चिनकी जवळच्या वस्त्यावर फिरून, पोरगं येणार आहे म्हणून लवकरच आली होती. पोथडीतून भाकरीचं तुकडं काढत ती बसली होती. तिची लहान मुलगी ओरडली,

"आय्य दादा आलाऽऽऽ..."

चिनकी गडबडीनं पालातून बाहेर येत म्हणाली,

"कुटं हाय गं...?"

मुलगी म्हणाली,

"ती... ती... बग... बाबा आणिक दादा... गावाकडनं या लागल्याती..."

तिनं गावाकडील रस्त्यावर नजर टाकली. ते दोघेजण येत असलेले बघून गडबडीनं पालात शिरली. इकडं तिकडं पडलेला संसार व्यवस्थित ठेवू लागली. तिथल्या दहा-अकरा कुटुंबातील सर्वच माणसं बाहेर आली. तोपर्यंत गुलाब आणि गोयाप्पा पालांवर आले. संतूनं विचारलं,

"कसं काय... बरं हाय... बाबा...?"

"होय."

म्हणतच लहान मुलीला गुलाबनं उचलून घेतलं. थोड्या वेळातच त्याच्याभोवतीनं त्याचे बांधव जमा झाले. कोणी काही, तर कोणी काही त्याला विचारत होते. तो सांगत असलेलं कौतुकाने ऐकत होते. गुलाब शहरात राहत होता. शहरातील माणसं, शाळेतील नीटनेटकी मुलं त्यांनी बघितली होती. इथं मात्र अंग झाकण्यासाठी चिंध्या गुंडाळलेल्या बायका, माणसं, उघडी नागडी मुलं बघून त्याचं अंत:करण तडफडलं. कल्याप्पा डोक्याचं पागोटं काढत म्हणाला,

"केवडं यत्ता शिकलाच म्हणावं... रं...?"

गुलाब म्हणाला,

"बारावीची परीक्षा... दिलेय..."

लगेच शिरसी पुढं झाली. तिनं गुलाबच्या तोंडावरून मायेने हात फिरविला. बाजूला बसत म्हणाली,

"म्हंजी... बारा.. बुकं शिकलाचं... म्हण की.."

त्याच्या हाताला धरून बोलू लागली.

"आता... तुजं लिवनं पुसनं... फुरं कर.. मस्त येवडाला.. शिकलायीचं... कुठंतर नुकरी.. चाकरी कर... लगीन यावं कर...जलम पातूर शिकश्याणच शिकाचं हाय व्हयं...?"

भडभडून आल्याप्रमाणे गुलाब म्हणाला,

"नाही... मला नोकरी करायची नाही... मला आपल्या समाजासाठी काहीतरी काम करायचं आहे."

तो नोकरी करणार नाही, एवढंच तिथं जमलेल्या लोकांना समजलं. सर्वजण आश्चर्याने त्याच्याकडं बघू लागले. गोयाप्पा विचित्र नजरेनं त्याच्याकडं बघत म्हणाला,

"आरं... याड लागलं... का... काय तुला...? नुकरी करत न्हायीस तर... काय आमच्या सारकं बयील घिवून फिरासाठी शिकश्यानं दिलं व्हय... रोजच्याला दारुदार फिरून...?"

त्याच्या बोलण्याचा काहीच परिणाम न झाल्यासारखा तो आपल्याच भावविश्वात गढून गेल्याप्रमाणे बोलत होता.

"आम्ही पण.. माणसंच आहोत... मग भीक मागून का जगावं...? हातात ताट घेऊन, दारोदार का फिरावं...?"

त्याचं बोलणं त्यांना खुळचटपणाचं वाटू लागलं. गणाप्पा वाढलेल्या दाढीवरून हात फिरवीत म्हणाला,

"पोरा.... त्वा मस्त सायबावानी बोला लागलायीच... च्यार बुकं शिकलायीचं

म्हणून बुलतुयाच... आरं आपला जलमच हाय भीक मागाचा... त्वा आसं बोलल्यावर जातुय व्हय...?''

गुलाबनं जवळ उभं राहिलेल्या उघड्या-नागड्या मुलाला मांडीवर घेतलं आणि म्हणाला,

''होय... काका... तो घालविण्यासाठी मी प्रयत्न करणार आहे...''

त्या पोराच्या डोक्यावरून हात फिरवीत तो बोलू लागला.

''ह्या... उघड्या-बोडक्या पोरांनी... माझ्यासारखं शिकावं... तुम्ही इतरासारखं स्वाभिमानानं जगावं म्हणून मी धडपडणार आहे...''

चिनकीनं कपाळाला हात लावला. त्याच्याकडं बघत ती म्हणाली,

''त्वा... यील... तवा... आसलंच कसं बडबडतुयाच...? आरं रोज च्यार घरं पुजल्याशिवाय... पोटाला तुकडा मिळत न्हाय... आणिक दुसऱ्या माणसासारकं ऱ्हायाचं बगा... लागलाय...''

त्यांच्यातील अज्ञानाची गुलाबला कीव आली. तो म्हणाला,

''आई... मी काय म्हणतोय ते... आज जरी तुम्हाला कळत नसलं... तर... पुढं नक्की कळेल... आपल्यासारख्या इतर अनेक जाती आहेत... आपल्याप्रमाणेच ज़नावरांसारखं जीवन जगत असलेल्या... या सर्वांची दु:खं मी समाजासमोर मांडणार आहे...''

त्याची आई त्याच्या चेहऱ्याकडं बघत राहिली.

बैठकीत दंगा सुरू झाला होता. कार्यकर्ते मोठमोठ्याने बोलत होते. विजय शिंदे म्हणाला,

''शोधयात्रा ही संघटनेच्या नावानेच असली पाहिजे. एखाद्या व्यक्तीच्या नावाने होता कामा नये...''

काही कार्यकर्ते म्हणाले,

''बरोबर आहे...'' ''बरोबर आहे...''

या कार्यकर्त्यांच्या आवाजाने गुलाबची विचारशृंखला तुटली. तो बैठकीतील कार्यकर्त्यांकडे पाहू लागला. अध्यक्ष उठून उभे राहत म्हणाले,

''शोधयात्रा संघटनेच्या नावानेच निघेल आणि संघटनेच्या नावानेच समाप्त होईल. समस्या भटक्या विमुक्त जाती जमातींच्या आहेत... कोणा व्यक्तीच्या नाहीत...''

डॉ. मोहन रोकडे मध्येच म्हणाले,

''समस्या सर्व जाती जमातींच्या आहेत... पण त्यांचं भांडवल करून... प्रसिद्धी-प्रतिष्ठा मिळविणारे कार्यकर्ते नेतेही आहेत...''

त्यांच्या या बोलण्यावर बैठकीत परत एकदा गोंधळ निर्माण झाला. अध्यक्षांचा

पारा एकदम चढला. त्यांनी हातातील वही जोराने खाली टाकली. आणि हातवारे करीत म्हणाले,

"आम्ही संघटनेला प्रसिद्धी, प्रतिष्ठा मिळवून दिली आहे... आम्ही लिहिले म्हणून भटक्या विमुक्तांचे प्रश्न... लोकांसमोर आलेत..."

संपत जाधव म्हणाले,

"कोण श्रेष्ठ कोण कनिष्ठ हे ठरविण्यासाठी आपण येथे जमलो नाही... तर शोधयात्रा काढावी का? ती कोणत्या तारखेला काढावी? तिचे नियोजन कसे असावे...? या प्रमुख प्रश्नांवर विचार करण्यासाठी आपण एकत्र आलो आहोत... तर त्या गोष्टीवर विचार करावा..."

कार्यकर्ते कंटाळले होते. बैठकीतून काहीच निष्पन्न होत नव्हते. नवीन आणि तरुण कार्यकर्त्यांच्या मनातील गोंधळ वाढत होता.

संघटनेचे कार्याध्यक्ष सदाशिव रेणके बोलण्यासाठी उभे राहिले. आपल्या सवयीनुसार धिम्या स्वरात त्यांनी बोलावयास सुरुवात केली.

"शोधयात्रा काढण्याची गरज का आहे...? याची चर्चा गेल्या दोन-तीन बैठकांमधून आपण स्पष्ट करीत आलो आहोत. भटक्या विमुक्तांचे प्रश्न समाजासमोर... शासनकर्त्यांसमोर मांडणे, या प्रश्नाला राज्यव्यापी स्वरूप प्राप्त करणे, आपल्या अज्ञानी रूढीपरंपरेच्या गर्तेत अडकलेल्या बांधवांचे प्रबोधन करणे, असे प्रमुख उद्देश आपण गृहीत धरले आहेत. तेव्हा शोधयात्रा कोणत्या तारखेला काढावी...? ते सर्वानुमते ठरवा..."

अध्यक्ष सुरेश चव्हाण म्हणाले, "आपण २६ जानेवारी या दिवशी शोधयात्रेला सुरुवात करावी... या दिवसाला ऐतिहासिक महत्त्व आहे. स्वातंत्र्य मिळून चाळीस वर्षे होऊन गेली तरी आम्ही कोठे आहोत? हे आपण शासनाला, समाजाला सांगणार आहोत."

कार्यकर्ते आपापल्या विचारात गढून गेले. सिधू वैदू म्हणाले,

"प्रजासत्ताकदिन तर दीड महिन्यावर आला आहे. इतक्या कमी वेळात नियोजन कसे करणार...? कोणी खासगी तर कोणी सरकारी नोकरी करतो आहे. त्यांच्या अडचणीही समजून घ्याव्या लागतील..."

संघटनेचे सचिव यल्लाप्पा भोसले म्हणाले,

"अशी आपण सर्वांचीच सोय बघून... शोधयात्रा काढावयाची म्हटली तर... ती कधीच निघणार नाही... संघटनेसाठी... समाजासाठी कार्यकर्त्यांना थोडाफार त्रास सहन करावा लागेल..."

गुलाबला असले विचार पटत नव्हते. तो प्रथमच उठून बोलू लागला.

"शोधयात्रा काढून... त्यातून काय साधणार आहोत...? चार दिवस

वर्तमानपत्रांमधून त्याचं कौतुक होईल. त्याने आपले प्रश्न सुटणार नाहीत. तेव्हा शोधयात्रेसाठी वेळ आणि शक्ती खर्च करण्यापेक्षा... एखादे भरीव स्वरूपाचे कार्य आपणाला उभे करता येईल. निदान काही लोकांचे प्रश्न तरी सुटतील...''

अध्यक्ष एकदम तडकले.

''तू अद्याप लहान आहेस... तुला या राज्यव्यापी प्रश्नांची म्हणावी तेवढी जाणीव नाही... आम्ही आजपर्यंत आयुष्य या कामामध्ये घालविले आहे. आम्ही अजून ह्या लोकांचे प्रश्न समजून घेतो आहोत. तुला कळण्यास बरेच दिवस जावे लागतील...''

डॉ. रोकडे म्हणाले,

''तो मुलगा बोलतो आहे, ते बरोबर आहे. एखादे विकास कार्य हाती घेतल्याशिवाय या जमातींचे प्रश्न खऱ्या अर्थाने सुटणार नाहीत...'' गुलाब तोंडात मारल्यासारखा खाली बसला. अध्यक्ष म्हणाले,

''हे बघा...डॉक्टर... शोधयात्रेची तारीखसुद्धा निश्चित करण्यात आली आहे. तुम्ही त्यामध्ये खोडा घालू नका... तो गुलाब अद्याप नवीन आहे... म्हणून बोलतोय.''

आकाराम गोसावी बोलू लागले.

''अहो चव्हाण... आपण आजपर्यंत कितीतरी निवेदने दिलीत... न्याय्य हक्काने आपल्या मागण्या मांडल्या. त्याचा काय उपयोग झाला? देशातील विचारवंतांना, साहित्यिकांना, अर्थशास्त्रज्ञांना बोलावून त्यांच्यासमोर प्रश्न मांडले. त्यांची सहानुभूती मिळवूनसुद्धा आपल्या पदरात काय पडले? या सर्व गोष्टींचा एक वेळ विचार करावा आणि मगच निर्णय घ्यावा...''

यल्लाप्पा भोसले उभा राहून म्हणाले,

''या सर्व तऱ्हेने आपण प्रयत्न केला.. त्याला दाद मिळत नाही... म्हणूनच लोकमताचा दबाव शासनावर आणण्यासाठी शोधयात्रा काढण्याचे ठरविले आहे. मराठवाडा हा मागासलेला भाग आहे. शिवाय या भागात भटक्या विमुक्तांची संख्याही जास्त आहे... तेव्हा मराठवाड्यातून शोधयात्रेला प्रारंभ करावा...''

बोलत बोलतच भोसले अध्यक्षांकडे तिरकस नजरेने बघत होते. ते पुढे म्हणाले,

''तेथून मुंबईपर्यंत चालत यावयाचे आहे.. हा प्रवास साधारणपणे चाळीस ते पंचेचाळीस दिवसांचा आहे. तेव्हा चाळीस-पंचेचाळीस दिवस पूर्ण वेळ शोधयात्रेला देण्यास किती कार्यकर्ते तयार आहेत...?''

सर्वच कार्यकर्ते एकमेकांच्या चेहऱ्याकडे बघू लागले. कोणीच चालण्यास तयार होत नव्हते. आण्णाप्पा सावंत म्हणाले,

''कार्यकर्त्याला स्वत:चे पोट सांभाळायचे असते.. कुटुंबाची जबाबदारी पार पाडावी लागते. घरातील सर्वांना उपाशी ठेवून कोणीही समाजकार्य करण्यास तयार होणार नाही. याचा आपण विचार केलेला दिसत नाही. हे काम करताना कार्यकर्त्यांना जगण्यासाठी संघटना काय मानधन देत नाही. उलट कार्यकर्त्यांना स्वत:च्या खर्चाने चर्चेसाठी यावे लागते. जावे लागते. अगोदरच दोन वेळा पोटाला अन्न मिळायची पंचाईत असते. म्हणून बऱ्याच कार्यकर्त्यांना एकत्र येता येत नाही आणि तुम्ही पंचेचाळीस दिवस शोधयात्रेस देण्यास सांगत आहात... कसं शक्य आहे...?''

अध्यक्ष अंग हलवून व्यवस्थित बसले. घसा खाकरून साफ करीत म्हणाले,

''संघटनेकडे पैसे नाहीत... त्यामुळे संघटना कार्यकर्त्यांना सांभाळू शकत नाही. म्हणूनच तर या शोधयात्रेतून देणगीच्या स्वरूपात काही पैसे उभे करावयाचे आहेत. आपण शोधयात्रेच्या निमित्ताने एक स्मरणिका काढणार आहोत. त्यासाठी जाहिरातीमधून काही पैसे उभे करावयाचे आहेत. शिवाय कार्यकर्त्यांने जनतेमधून शोधयात्रेसाठी पैसे उभे करावयाचे आहेत..''

तुकाराम जाधव म्हणाले,

''तुम्ही सर्व अगोदरच ठरविल्यासारखं सांगत आहात. किती कार्यकर्त्यांना विश्वासात घेऊन, त्यांच्याशी विचारविनिमय करून हे सारे नियोजन केले आहे...?''

आणखी एक वेळा बैठकीचे वातावरण तंग झाले. अध्यक्ष म्हणाले,

''प्रत्येक कार्यकर्त्याला विचारून सर्वच गोष्टींचा तपशील ठरवायचा म्हटले तर ते शक्य होणार नाही. अध्यक्ष या नात्याने मला काही अधिकार आहेत. उगीच वेडेवाकडे प्रश्न विचारून सर्वांचाच वेळ खाऊ नका...''

तुकाराम जाधव निराशेने खाली बसले. कार्यकर्त्यांची चुळबूळ सुरू होती.

विलास जाधव, शेषराव माने, महेश भोसले, महादेव राठोड, गुलाब यांची आपसात चर्चा सुरू झाली. शेषराव म्हणाले,

''आपण समजतो तेवढे समाजकार्य करणे सोपे दिसत नाही. इथं तर बऱ्याच अडचणी समोर येताना दिसतात.''

विलास जाधव म्हणाला,

''आज आपण तरुण आहोत... एखादे कार्य उत्साहाने हाती घेऊन, पार पाडण्याची उमेद आपल्यामध्ये आहे. म्हणूनच आपण फार लवकर एखाद्या कार्यात सहभागी होतो. परंतु उद्या आपल्यावरील कौटुंबिक जबाबदाऱ्या वाढल्या म्हणजे त्यावेळी ही उमेद अशीच राहणार नाही. आपल्या समोरही अडचणी उभ्या राहतील.''

गुलाबच्या बुद्धीला त्याचे विचार पटेनात. त्याची विचार करण्याची दिशा निश्चित होती. तो म्हणाला,

"अडचणी तर प्रत्येकाला... आहेतच.... प्रथम माणसाने आपल्या जीवनाचे ध्येय ठरवावे. एक वेळा आपण समाजविकास कार्याला वाहून घेतले की त्या ध्येयासाठी प्रयत्न करताना येणाऱ्या अडचणींना सोडविण्याचे मार्ग सुचतात... ध्येयाशिवाय माणूस जीवनात यशस्वी होऊ शकणार नाही असे माझे मत आहे.''

त्या चार-पाच जणांना त्याचे विचार आवडले. महेश म्हणाला,

"आपणाला या बैठकीतून काय मिळाले? उलट डोक्यात गोंधळ निर्माण झाला. समाजविकास म्हणजे काय? तो कसा करावा? असल्या प्रश्नांची चर्चा तर झाली नाहीच. उलट तुम्हांला काय कळतंय हेच ऐकून घ्यावे लागले. आम्ही यातून काय शिकून जायाचे...?''

त्या तरुणांच्या शेजारी बसलेले सदाशिव रेणके त्यांच्या आपसातील चर्चा कुतूहलाने ऐकत होते. त्या मुलांमध्ये निर्माण होणारी निराशा बघून त्यांना राहवलं नाही. ते त्यांच्या चर्चेत सामील झाले. त्यांच्याजवळ सरकत ते म्हणाले,

"मुलांनो... तुम्ही अजून तरुण आहात. तुम्हांला हळूहळू समजत जाईल. परिवर्तनवादी चळवळी मी जवळून बघितल्या आहेत. या चळवळींचा जेवढा चांगला अनुभव माझ्या गाठीशी आहे, त्यापेक्षा जास्त वाईट अनुभवही आहे. खऱ्या तळमळीने कार्य करणारे तर थोडेच कार्यकर्ते चळवळीत असतात. ज्या तडफडीने.. ध्येयाने कार्यकर्ते चळवळीत पडतात, ती तडफ काही काळानंतर त्यांच्यामध्ये राहात असल्याचे दिसून येत नाही... म्हणूनच तर मूलभूत प्रश्नांकडे दुर्लक्ष होते... आणि प्रतिष्ठेसाठी, प्रसिद्धीसाठी चळवळीचे नियोजन केले जाते.''

प्रश्नार्थक नजरेने ते पाच जणही त्यांच्याकडे बघतच राहिले. गुलाबच्या मनातील शंका काही केल्या जात नव्हती. त्याने विचारले,

"पण.. विशिष्ट तत्त्वांनी, मूल्यांनी... प्रेरीत झालेले कार्यकर्ते बदलतील कसे...? आपल्या ध्येयापासून परावृत्त होतील कसे...? जर ते बदलत असतील तर समाजकार्य हे त्यांचे ढोंग असावे किंवा स्वार्थापोटी ते चळवळ राबवीत असावेत...''

रेणके थोडावेळ गंभीर बनले. इतर त्यांच्याकडे उत्सुकतेने बघू लागले. रेणके बोलू लागल,

"तू म्हणतोस तसेही असू शकेल, परंतु आजकाल प्रत्येक माणसाला

स्वत:च्या अस्तित्वाचे भान फार लवकर येते. ज्यावेळी एखाद्या कार्याने कार्यकर्त्याला प्रसिद्धी, प्रतिष्ठा मिळते त्यावेळी तो कार्यकर्ता आपल्या ध्येयापासून, मूल्यांपासून हळूहळू बाजूला फेकला जातो. असे कितीतरी कार्यकर्ते, नेते, प्रसिद्धी आणि प्रतिष्ठेच्या हव्यासापोटी स्वार्थी बनलेले मी पाहिले आहेत..''

महादेव राठोड थोडं पुढं सरकून बसला आणि त्यानं आपली शंका विचारली.

''तुम्ही जो कार्यकर्ता, नेता स्वार्थी बनतो म्हणता, तो समाजातील दबलेल्या, पिळलेल्या अशा शोषीत लोकांसाठी कामं करतो. त्या लोकांच्या जीवघेण्या समस्यांवर, त्यांच्या पशुतुल्य जीवनावर प्रकाश टाकण्याचा प्रयत्न केल्यामुळेच त्याला प्रसिद्धी, प्रतिष्ठा, लोकप्रियता मिळते. नाहीतरी त्याला कोण विचारतो? तेव्हा त्या समाजाला तो कार्यकर्ता कसा काय विसरू शकेल? आपल्या ध्येयांपासून कसा दूर होऊ शकेल? हे मला समजेना...''

त्याचे विचार ऐकून रेणके गालातल्या गालात हसले. एक वेळा केविलवाण्या नजरेनं त्याच्याकडं बघितलं. बाकीचे चौघेजण त्याच्याप्रमाणेच विचार करीत असल्यासारखे गूढ चेहऱ्याने बसून होते. रेणके थंड आवाजात बोलू लागले.

''तुझे विचार प्रामाणिक आहेत. चळवळीशी फारसा संबंध आला नाही, म्हणून हे प्रश्न तुला आणि इतर तुझ्यासारख्या कार्यकर्त्यांना भेडसावतात. एखादे कार्य माणूस करतो तेव्हा त्या कार्याचे श्रेय आपणाला मिळावे, अशी कळत नकळत त्यांची अपेक्षा असते. अशी अपेक्षा असणं काही गैर नाही, परंतु ती इतकी वाढत जाते की, माणसाला दुसऱ्याच्या कार्याचे श्रेयही आपणाला मिळावे असे वाटत राहते. या प्रवृत्तीला वेळीच आळा घातला नाही तर माणूस प्रसिद्धी आणि प्रतिष्ठेचा गुलाम बनतो..''

ते थोडावेळ थांबले. बैठक सुरू होती. त्यांचं बैठकीकडे लक्षच नव्हतं. बरेच कार्यकर्ते आपापसातच कुजबुजत होते. ते पाचजण एकाग्र चित्ताने त्याचं बोलणं ऐकून घेत होते. ते पुढे बोलू लागले.

''त्यातूनच स्वार्थाचा जन्म होतो... संघटनेपेक्षा, समाजकार्यापेक्षा माणूस स्वार्थाला महत्त्व देतो... नेतृत्वासाठी हेवेदावे होतात.. चळवळी फुटतात... आज नि:स्वार्थी वृत्तीने कार्य करणारे बोटावर मोजण्याइतके सुद्धा कार्यकर्ते सापडणं कठीण झालं आहे. प्रत्येक माणूस स्वार्थाच्या जाळ्यात गुरफटत चालला आहे... त्यातून त्याला बाहेर पडता येत नाही. म्हणूनच ध्येयांचा, तत्त्वांचा, मूल्यांचा ऱ्हास होत चालला आहे...''

कार्यकर्त्यांची आपसात कुजबूज चाललेली बघून, अध्यक्ष म्हणाले,

''सर्वांनी इकडे लक्ष द्या... चर्चा संपल्यानंतरही आपणाला बोलता येते.

शोधयात्रेच्या खर्चासंबंधी चर्चा करावयाची आहे. पैशाची तरतूद झाल्याशिवाय आपण शोधयात्रा काढू शकणार नाही. तेव्हा प्रत्येक कार्यकर्त्याने आपापल्या जिल्ह्यातून देणगीच्या स्वरूपात पैसे उभे करावयाचे आहेत... संघटनेच्या नावाने देणगी मिळाल्याची पावती दिली जाईल. शिवाय काही बिल्ले काढावयाचे आहेत... ते विकूनही पैसे उभे करावे लागणार आहेत...''

पैसे कसे उभे करावेत हा प्रश्न प्रामुख्याने नवीन व तरुण कार्यकर्त्यांना भेडसावू लागला. इतर लोकांशी संबंध कमी, आपल्याच लोकांकडून पैसे मागावेत तर त्यांनाच दोन वेळा पोटाला अन्न मिळायची पंचाईत. गणपत शिंदे म्हणाले,

''जनतेकडून जमा केलेल्या पैशाचा हिशोब, त्याचा वापर कसा करावा? याचीही चर्चा झालेली बरी...''

अध्यक्ष म्हणाले,

''जमा झालेल्या रकमेतील नव्या पैशापासून हिशोब ठेवला जाईल. त्याची कोणी काळजी करू नये..''

शोधयात्रा कोठून निघणार? चालणाऱ्यांची व्यवस्था कोणी करावी? मुक्काम किती असावेत? दररोज किती अंतर चालावे? यावर साधकबाधक चर्चा झाली. मध्यवर्ती कार्यालय कोठे असावे? पत्रकार परिषद कोठे घ्यावी? शोधयात्रेला प्रसिद्धी कशी मिळवावी? या विषयांवरही चर्चा झाली. चिटणीस यल्लाप्पा भोसले म्हणाले,

''कार्यकर्त्यांनी पैसे जमा करून दिल्याशिवाय... पोस्टर्स, निवेदने, कार्यक्रमपत्रिका, छापता येणार नाहीत... शोधयात्रेत नियमित चालणाऱ्यांची संख्या निश्चित झाल्याशिवाय खर्च काढता येणार नाही...''

परंतु जमलेल्या कार्यकर्त्यांपैकी चार-पाच जण सोडले तर इतर कोणीही पूर्ण वेळ चालण्यास तयार झाले नाही. अध्यक्ष म्हणाले,

''मी माझ्या पत्नीसह शोधयात्रेत पूर्ण वेळ चालणार... आहे... आर्थिक व्यवहारही माझ्या पत्नीकडे आम्ही सोपवीत आहोत... शोधयात्रेत जमा झालेल्या आणि खर्च झालेल्या पैशाचा हिशोब माझी पत्नी ठेवील...''

कोणीच कार्यकर्ते काही बोलण्याच्या मन:स्थितीत नव्हते. कार्यकर्त्यांची आवराआवर सुरू झाली. बैठक संपल्याचे जाहीर करण्यात आले.

गुलाब आपल्याच विचारात गढून गेला होता. रेणकेंच्या बोलण्यानंतर बैठकीकडे त्याचे लक्षच नव्हते. ज्या ध्येयाने, जिद्दीने तो बैठकीसाठी आला होता, त्याच्यावर पाणी पडल्यासारखे झाले होते. कार्यकर्ते आपापल्या गावी जाण्यासाठी निघाले. कोणी तेथेच थांबले, गुलाब उठला. आपली शबनम

खांद्याला अडकविली. आणि स्टँडचा रस्ता तुडवू लागला. तो विचार करीत होता. यालाच समाजविकास म्हणावयाचा का? मग आपण विचार करतो ती दिशा चुकीची आहे का? डोक्यात विचाराने गोंधळ घातला होता. अस्वस्थ मनानेच तो सातारा बसस्थानकावर आला...

देवीचा बळी

शिवाजीला दवाखान्यात आणलं. बाबूनं आणि सिदूनं त्याला बाकड्यावर बसविलं. भागू त्याच्या बायकोची, राधाची समजूत काढत होती.

"आगं.. त्येला... काय व्हुतंया... डागदर लगीच बरं.. करील... त्वा आसं रडून... काय... त्येचा आज्यार जाणार हाय व्हय...?"

डोळं पुसत राधा म्हणाली,

"लय... वरसं झाली... तवापासनं त्येंच्या... पोटात वायसं... वायसं... दुकत व्हुतं... पर... ह्या वरीसबरात तर लयीच झालं... आणिक आता तर..."

तिला हुंदका आला. भागू तिच्या पाठीवरून हात फिरवत होती. बाबूनं आणि सिदूनं शिवाजीला डॉक्टरकडं नेलं. डॉक्टरांनी त्याला टेबलावर झोपविलं आणि तपासू लागले. पोटातील वेदना सहन करणं, शिवाजीला अशक्य होत होतं. तो माशासारखा तडफडत होता. डॉक्टरांनी पहिल्यांदा त्याला एक इंजेक्शन दिलं. बाबू व सिदू त्याच्याकडं बघत उभे राहिले. थोड्या वेळात शिवाजी हळूहळू झोपी जाऊ लागला. डॉक्टर त्या दोघांना म्हणाले,

"आपण ह्यांचे कोण...?"

असं म्हणून त्यांनी शिवाजीकडे बोट केले. चाचरत चाचरत बाबू म्हणाला,

"आमी.. आमी... त्येच्या जातीतलं हाय... तसं... पावणंच... हाय म्हणा..."

डॉक्टरांचा चेहरा गंभीर झाला. त्यांच्या डोळ्यात राग मावेनासा झाला. त्यांच्या त्या अवताराकडं बघून, त्या दोघांची धांदल उडाली. डॉक्टर आवाजावर संयम ठेवत म्हणाले,

"कुठं राहता...?"

गडबडीनं सिदू म्हणाला,

"न्हवं का... हितल्या संजयनगर झोपडपट्टीजवळ. दोन दिवस झालं... हितंच... ऱ्हातुया..."

तो घाबरून डॉक्टरांच्याकडं बघू लागला. डॉक्टर गंभीर चेहऱ्यानेच आपलं काम करीत होते. त्यांनी शिवाजीचं थोडं रक्त काढून घेतलं. ते एका लहानश्या बाटलीत भरत ते म्हणाले,

"ह्यांची लघवी, रक्त तपासून रिपोर्ट काय येतोय ते बघायला पाहिजे... ह्यांचे कोणी नातेवाईक आलेत का...?"

बाबू म्हणाला,

"व्हय... व्हय... त्येची... बायकू आल्याया...की.."

खुर्चीत बसत डॉक्टर म्हणाले,

"त्यांना पाठवून द्या.."

"दितू... दितू..."

म्हणत ते दोघंजण तिथून गडबडीनं बाहेर पडले. डॉक्टरांच्या खोलीतून काळवंडलेल्या चेहऱ्यानं आलेल्या त्या दोघांना बघून, राधाच्या काळजाचा थरकाप उडाला. ती घोगऱ्या आवाजात म्हणाली,

"का... काय... म्हणालं... डागदरसायेब..?"

मनातील भीती लपविण्याचा प्रयत्न करीत सिदू म्हणाला,

"तसं... काय.. न्हाय.. पर.. डागदरसायबाच्या तोंडावर मातूर राग... दिसत व्हुता.."

तो बोलत असतानाच बाबू मध्येच म्हणाला,

"रादा... तुला... डागदरसायबानं.. बुलविलंया..."

राधा भीत भीतच उठली. ती घाबरत असलेली बघून भागू म्हणाली,

"त्वा... भीवू नगूस... आय लकशीमी... समदं चांगलं करत्याया... डागदर काय... म्हंतुया... ती निट आयकून घी..."

डोळं पुसतच राधानं मान हलविली. ती डॉक्टरांच्या खोलीकडं चालू लागली. बाबू आणि सिदू बाकड्यावर बसले. तिथं दवाखान्यात आलेल्या इतर माणसांकडं बघत, बाबू हळू आवाजात म्हणाला,

"डागदर... का बरं खवळला व्हुता..? ती काय मला आजून... कळीना..."

समोरच्या भिंतीवर लावलेल्या दारूबंदीच्या पोस्टरवर नजर स्थिर ठेवून सिदू म्हणाला,

"मला... सुदीक... काय कळीना... बाबा..."

भागू त्यांच्याकडं बघत राहिली. राधानं डॉक्टरांच्या खोलीचा दरवाजा धडधडत्या अंत:करणाने ढकलला. ती खोलीत गेली. गंभीर चेहऱ्यानं विचार करत डॉक्टर बसले होते. राधाच्या चाहुलीनं, त्यांनी नजर उचलून समोर बघितलं. समोरच्या खुर्चीकडं बोट करत डॉक्टर म्हणाले,

"बसा तिथं..."

राधा आपलं अंग चोरून घेत म्हणाली,

"नगू... म्या हुबाच ऱ्हाती..."

समोरच्या कागदावर काहीतरी लिहीत डॉक्टर म्हणाले,

"आपण ह्यांच्या... पत्नी का...?"

डबडबल्या नजरेनं टेबलावर झोपलेल्या शिवाजीकडं बघत राधा म्हणाली,

"व्हय..."

नजर उचलून तिच्याकडं बघत डॉक्टर बोलू लागले.

"किती दिवसांपासून.. त्यांच्या पोटात दुखतंय...? तुम्हाला माहीत असेल..."

स्वतःशीच हिशोब केल्याप्रमाणं राधा म्हणाली,

"तीन-च्यार वरसं झाली आसत्याली.."

एकाएकी डॉक्टरांचा आवाज चढला,

"मग... इतके दिवस काय झोपा.. काढत होता काय...? आणि आताच कसं घेऊन आलात..?"

काय बोलावं ते राधाला सुचत नव्हतं. ती शब्दांची जुळवाजुळव करू लागली. भांबावलेल्या स्थितीत ती कसंतर म्हणाली,

"कवापास्नं... त्येंच्या पोटात दुकतया कुणाला ठावं...? पर येका दिवशी..."

असं म्हणून ती स्वतःला हरवून गेल्यासारखी एकटक समोर बघत राहिली. डॉक्टर तिच्याकडं बघत राहिले. तिच्या डोळ्यांसमोर भूतकाळातील तो प्रसंग तरळत होता.

कोकळे गावापासून जवळच असलेल्या ओढ्याजवळ त्यांची पाच-सहा पालं मारली होती. त्या पालांतील सर्व पुरुष माणसं, मुलं सकाळीच आसपासच्या गावांना भीक मागण्यासाठी गेली होती. गोसावी जमातीची ही माणसं, भगवी कफनी घालून, भस्माचे पट्टे कपाळावर हातावर ओढून, गळ्यात रुद्राक्षांच्या माळा घालून, हातात कमंडलू, खांद्याला झोळी अडकवून, गावातून फिरत होते. दारोदार.

"अलक निरंजनऽऽऽ माय भीक्षा वाडऽऽऽ..."

म्हणत होते, कोणी ज्वारीचं,गव्हाचं पीठ तर कोणी पसाभर तांदूळ त्यांच्या झोळीत टाकत होते. केसं कधीच कापले नसल्याने त्याचा गोल बुचडा ते डोक्यावर बांधत होते. लहान मुलंही त्याच वेषात भीक मागत होती. बायका गावातून निघताना चिंध्या, कागद, जुन्या प्लॅस्टिकच्या वस्तू गोळा करत फिरत होत्या. कोणी घोड्यांना, शेळ्यांना गवत, चारा आणण्यासाठी राना-माळातून फिरत होत्या. काही पुरुष माणसं भीक मागून आली होती. त्यांतील काहीजण

मिळालेलं भाकरीचं शिळं तुकडं खाऊन कुत्री घेऊन, रानात शिकारीला जाण्याची तयारी करत होते.

राधा गवताचं ओझं घेऊन आली. दोन वर्षांचा दिनू एकटाच पालात खेळत होता. शिवाजी आजून गावातून आला नव्हता. आई आलेली बघून, दिनू आईच्या जवळ गेला. राधानं त्याला पुढ्यात घेतलं. ती त्याला मायेनं कुरवाळू लागली. शंकरनं दारूच्या तारंतच दोन्ही कुत्री साखळीला बांधून, पालांतून बाहेर काढली. तारवटल्या नजरेनं त्यानं त्या पालाकडं बघितलं, कुत्र्यांना बांधलेल्या साखळ्यांना हिसडा देत म्हणाला,

"आरं... हाडऽऽऽ... तुला... गिदडानं खाल्लं... चल भाईर... यी..."

साखळी ओढत तो म्हणाला,

"समदीजण आल्याती का...? चला रानात जावू.."

मागून येतेवेळीच दारू पिऊन आलेला म्हादू झिंगतच पालातून बाहेर आला. शिवाजीच्या पालाकडं बघत म्हणाला,

"ये ऽऽऽ रादा... शिवा... आला का न्हाय...?"

काळजीच्या सुरात राधा म्हणाली,

"म्हादू... दादा... आजून त्येंनी... आलं न्हायती... काय झालंया कुणाला ठावं...? दिस पार कललाय..."

नशेतच आनंदा म्हणाला,

"त्येला काय व्हुतया... बसला आशील येकांद्या दुकानात दारू... ढोसत... त्येची ही खायमचीच... बोंब हाय..."

असं म्हणत म्हणतच त्यानं आपली तिन्हीही कुत्री पालांतून बाहेर काढली. म्हादू, शंकर, आनंदा, गोंदा दारूच्या तारंतच कुत्र्यांच्या मागं मागं जाऊ लागले. गोंदाची बायको सुंदरा पालातून बाहेर येत म्हणाली,

"काय गं बाय... ह्यो माणूस हाय.. आजून घरला यीवं नी... बरुबरची माणसं.. कवाच आली... यिवडी दारू तर.. कश्याला प्याची... आमी बी पितुया खरं... आसं न्हाय बाय..."

राधा फक्त ऐकत राहिली. थोड्या थोड्या अंतरावरच त्यांनी आपली पालं मारली होती. प्रत्येक पालासमोर भगवं निशान लावलेली काठी रोवली होती. तिथंच लहान लहान दगडं मांडून देव केले होते. मुलं घोड्यांना घेऊन ओढ्याला गेली होती.

शिवाजी दोन्ही हातांनी पोट गच्च धरून, हळूहळू पालाकडं येत होता. तो सावकाश चालत असलेलं राधानं बघितलं. ती गडबडीनं उठली. दिनूला तिनं तिथंच टाकलं. दिनू रडायला लागला. त्याच्याकडं न बघताच ती शिवाजी येत

असलेल्या दिशेनं जाऊ लागली. शिवाजीला चालायला जमत नव्हतं. तो कष्टानं पाऊल उचलत होता. त्याच्याजवळ जाताच, राधा म्हणाली,

"का... काय झालं... वं...?"

पोट धरूनच तो हळू आवाजात म्हणाला,

"प्वाट लय दुका लागलंय..."

तिनं त्याच्या खांद्याची झोळी काढून घेतली. त्याला धरून ती पालाकडं येऊ लागली. चालता चालताच ती म्हणत होती.

"ही.. आसं... कसं... झालं वं...? येकायेकी..."

त्याच्या चेहऱ्यावर वेदना उमटत होत्या. एका एका शब्दावर जोर देत तो म्हणाला,

"येका.. येकी... कुटलं.. लय दिस... झालं.. वायसं... वायसं... दुकत व्हुतं... पर आता दिसानं... दिस ज्यापाच व्हुया लागलंय..."

ती त्याला धरून, पालावर आली. अंगावरचं आभराण (भिक्षा मागण्यासाठी घातलेले कपडे) न काढताच आडवा झाला. सुंदराबाई, हिराबाई, सगुणाबाई तिथं जमल्या. सगुणा तळमळणाऱ्या शिवाजीकडं बघत म्हणाली,

"दिवीचं... काय... कराचं... ऱ्हालंय... बिलंय का बगा की..."

राधा शिवाजीचं पोट चोळत म्हणाली,

"निवादापास्न... दारूपातूर पाक समदं दिवीला दितुया.. आणिक काय... ऱ्हातंया... पर काय... चुकून... माकून... ऱ्हायलं आशील... तर आयऽऽऽ लकशीमीनं... सांगावं... आमी तिला शांत करू... पर आमच्या म्हागं... आसली पिडा लावं नगू ग... बाय..."

असं म्हणत तिनं समोर रोवलेल्या निशानाकडं दोन्ही हात जोडून नमस्कार केला. हिराबाई निरखून शिवाजीकडं बघत म्हणाली,

"काय... हाय... ती... सांच्याला बगू... दिवीला कवल लावू... काय हाय... ती... दिवी सांगील.."

बायका, मुलं आपापल्या पालात गेली. राधा शिवाजीजवळ बसून होती. शिवाजी तळमळत होता. लहान दिनू रडत होता. त्याच्या रडण्याकडं तिचं लक्ष नव्हतं. आपल्या हातून काय चूक झाली आहे? या विचारानं तिला भंडावून सोडलं होतं.

रात्री त्या पाच-सहा पालांतील सर्व माणसं, बायका, मुलं शिवाजीच्या पालासमोर जमली. सर्वांच्या मध्यभागी हिराबाई, डोळं मिटून बसली होती. तिच्यासमोर विस्तव ठेवला होता. त्याच्यावर ऊद घातला होता. त्याचा दर्प वातावरणात भरून गेला होता. तिच्यासमोरच शिवाजीला बसविलं होतं. सर्वजण

उत्सुकतेनं हिराबाईकडं बघत होते. बराच वेळ झाला तरी, ती काहीच हालचाल करीत नाही, हे बघून राधानं पदर पसरून तिच्या पायावर डोकं ठेवलं आणि म्हणाली,

"आयऽऽऽ, म्या पदूर... पसरती... तुज्याकडं भीक मागती... माज्या न्हवऱ्याला तेवडं मोकळं कर... म्या तुला शांत करती..."

हिराबाईने घुमायला सुरुवात केली. तशी माणसं सावरून बसली. सुंदराबाई हात जोडत म्हणाली,

"आयच्या आंगात वारं आलं..."

तिनं पुढं सरकून जमिनीवर डोकं टिकविलं आणि म्हणाली,

'सांग... बाय... आसं... आमांला कोड्यात टाकू नगूस.."

हिराबाईनं दोन्ही हात वर करून आळोखंपिळोखं दिलं आणि जोरात किंचाळली, "आयऽऽऽ लकशीमीचं च्यांऽऽगऽऽऽभऽऽऽलंऽऽऽ..." घुमत घुमतच ती बडबडू लागली.

"म्याऽऽऽ... ह्या ऽऽऽ ह्याऽऽऽ बाळाचंऽऽऽ प्वाटऽऽऽ धरलंया... म्या... ह्येऽऽऽलाऽऽऽ सोडत न्हाय..."

राधा डोकं टेकवून, गयावया करत होती.

"आयऽऽऽ... तसं करू नगूस... आमी... तुज्याच... आदारानं जगतुया... आमी... तुला इसरत न्हाय..."

हिराबाई परत जोरजोरानं घुमत म्हणाली,

"त्वाऽऽऽ...पोरगं... झाल्याऽऽऽवर...माजीऽऽऽजतरा... कराचं... नवासऽऽऽ... मागून... घेतलयीऽऽऽच... पर... आजूनऽऽऽ..."

ती परत घुमायला लागली. शंकर हात जोडत म्हणाला,

"आयच्या... समदं ध्येनात आसतंया..."

म्हादू लगेच म्हणाला,

"आरं... बाबा... समद्या जगाचं तिला म्हायीत हाय..."

हिराबाई जास्तच किंचाळू लागली. हातवारे करू लागली. गडबडीनं राधा म्हणाली,

"आयऽऽऽ... म्या... ती नवास... फेडलंया... म्या.. उसनं... पयसं घिवून... जतरा.. किल्याया... त्यात काय चूक झाली... आसली... तर..."

तिला पुढं बोलू न देता, हिराबाई म्हणाली,

"व्हय...तुजीऽऽऽ... चूक... झाल्यायाऽऽऽ... माजी... निट येवस्ताऽऽऽ... झाऽऽली न्हाय... तवा... आता जतरा किलीऽऽऽ... तरच... म्याऽऽऽ ह्येलाऽऽऽ सोडणार... हायऽऽऽ..."

हात जोडत राधा म्हणाली,

"म्या.. तुजी.. जतरा करती... पर... माज्या..न्हवऱ्याला... तेवडं मोकळं कर..."

हिराबाई हात वरती करून डोलू लागली, घुमत घुमत म्हणाली,

"मलाऽऽऽ येऽऽऽ कऽऽऽ बकरंऽऽऽ काऽऽऽ पूनऽऽऽ... जेवालाऽऽऽ घालऽऽऽ... म्याऽऽऽ ह्याऽऽऽ बाळालाऽऽऽ सुडतीऽऽऽ... हीऽऽऽ घीऽऽऽ आंगाराऽऽऽ..."

असं म्हणून तिनं आपला उजवा हात पुढं केला. सगुणाबाईनं तीन दगडाच्या चुलीतली चिमूटभर राख तिच्या हातावर ठेवली. ती राख राधाला देत ती म्हणाली,

"ह्योऽऽऽ आंगारा त्येलाऽऽऽ लावऽऽऽ आताऽऽऽ माऽऽजीऽऽऽ येळऽऽऽ झालीऽऽऽ..."

असं म्हणतच तिनं आळोखेपिळोखे देण्यास सुरुवात केली. जमलेली माणसं,

"लकशीमीऽऽऽ आयीऽऽऽचंऽऽऽ च्यांगऽऽऽभऽऽऽलंऽऽऽ."

म्हणत असतानाच तिच्या अंगातली देवी निघून गेली. गोंदा उठतच राधाला म्हणाला,

"रादा... आता... त्यो आंगारा... त्येला लाव... म्हंजी... खडखडीत बरा व्हुतुया..."

हिराबाईच्या अंगातली देवी गेल्यानं, ती आता सामान्य माणसासारखी बसली होती. दोन्ही हातानं चेहरा पुसत ती म्हणाली,

"परं... तिवडी... जतरा कराची इसरू नगूस...'

राधानं होकारार्थी मान हलविली.

"दिवीची... किमयाच... लय न्यारी... हाय..."

म्हणत माणसं जेवायला निघाली. राधानं शिवाजीच्या कपाळाला अंगारा लावला. त्याच्या पोटावरून उतरून थोडा लांब नेऊन टाकला. शिवाजी विव्हळत होता. माणसं मात्र शिवाजी ठणठणीत होणार म्हणून जेवून झोपण्याची तयारी करत होती.

"अहो.. बाई... तुम्ही अशा.... एकदम गप्प का झाला...?"

बराच वेळा झाला तरी राधा आपल्याच विचारात गढून गेल्यासारखी स्तब्ध उभी असलेली बघून, डॉक्टर म्हणाले. डॉक्टरांच्या त्या बोलण्याने तिच्यासमोरील भूतकाळाचं चित्र नाहीसं झालं. डॉक्टर काय म्हणाले, ते तिला नीटसं समजलं नाही. ती गोंधळून त्यांच्याकडं बघू लागली. तिच्या चेहऱ्यावरील हावभाव

टिपण्याचा प्रयत्न करीत ते पुढे म्हणाले,

"तुम्ही... काहीतरी सांगत होता..."

राधा मान हालवीत म्हणाली,

"काय न्हाय... उगच इच्यार करत व्हुती..."

ती चेहऱ्यावरील गोंधळ लपविण्यासाठी इकडं तिकडं बघू लागली. आपल्या समोरील कागद राधाकडं सरकावीत डॉक्टर म्हणाले,

"हे बघा... तुम्ही खरं.. काय आहे...? ते सांगितलं नाही तर... तुमच्या पतीच्या जीवाला धोका आहे..."

असं म्हणून त्यांनी कागद उचलला. स्वत:शीच बोलल्यासारखं ते म्हणाले,

"नाहीतरी... काय... आता... केस हातातून गेलीच आहे.."

त्या कागदावर एके ठिकाणी बोट दाखवीत ते म्हणाले,

"इथं.. तुमचा अंगठा उठवा.."

असं म्हणतच शाईचं पॅड त्यांनी उघडलं. राधानं यंत्रवत आपला हात पुढं केला... डॉक्टर तिचा अंगठा कागदावर उठवून घेत म्हणाले,

"हे बघा बाई.. मी माझ्याने... शक्य तेवढा प्रयत्न करतो... मला शंका येते आहे.."

राधाला हुंदका अनावर झाला. ती हुंदकं देत देतच, कापऱ्या आवाजातच म्हणाली,

"म्हंजीऽऽऽ... म्हंजीऽऽऽ काय... व... डागदर सायीबऽऽऽ..?"

डॉक्टर लगेच आपल्या चेहऱ्यावरील गांभीर्य नाहीसं करण्याचा प्रयत्न करीत म्हणाले,

"तसंच... काही नाही... आणि थोड्यावेळाने.. रिपोर्ट... आल्यानंतर... निश्चित काय ते... सांगता येईल.."

राधाचं अंग थरथरत होतं. डोळं पुसत घोगऱ्या आवाजात ती म्हणाली.

"डागदर... सायीबऽऽऽ... म्याऽऽऽ... तुमच्याऽऽऽ पाया... पडतीऽऽऽमाज्या... न्हवऱ्यालाऽऽऽ... तेवडं... वाचवाऽऽऽ... माजंऽऽऽ... माजं..."

तिला पुढं बोलता आलं नाही. तिनं पदराचा बोळा तोंडात कोंबला. डॉक्टर सांत्वनेच्या सुरात म्हणाले,

"बाई... मी प्रयत्न करतो... तेवढंच माझ्या हातात आहे.."

ते खुर्चीतून उठत म्हणाले,

"तुम्ही... तोपर्यंत बाहेर थांबा... नंतर मी तुम्हांला... बोलावून घेतो..."

धडधडत्या अंत:करणानं राधा जाण्यासाठी वळली. शिवाजी हालचाल करत होता. तो तडफडू लागला. शिवाजीची तडफड बघून राधाला राहवलं...

नाही. ती त्याच्याजवळ गेली. त्याच्या चेहऱ्यावरून हात फिरवीत म्हणाली,

"काय... झालं... वं..? आयं लकशीमी.. तुमाला... बरं... करील..."

ती डोळं पुसू लागली. डॉक्टर आश्चर्याने तिच्याकडं बघत होते. डॉक्टरांनी घंटी दाबली आणि राधाला विचारले,

"तुमचे... पती... जास्त दारू पितात... नाही का..?"

राधा डॉक्टरांच्याकडं वळत म्हणाली,

"व्हय... पर.. त्येनं काय व्हुतया..?"

डॉक्टरांच्या तोंडातून नकळत शब्द बाहेर पडले,

"म्हणजे..!

राधा म्हणाली,

"आवं... आमच्या जातीत... समदीच... बायका माणसं.. च्या... वाणी दारू प्येत्याती..."

तिचं बोलणं ऐकून डॉक्टर अवाक् होऊन तिच्याकडं बघत राहिले. तोपर्यंत कंपाउंडर आत आला होता. त्याला काय सांगायचं आहे हेसुद्धा डॉक्टर विसरले. शेवटी कंपाऊंडरच म्हणाला,

"काय सर...?"

डॉक्टरांनी डोकं झटकलं आणि म्हणाले,

"सिस्टरना... घेऊन... ह्या पेशंटला तीन नंबर... खोलीमध्ये घेऊन... जा.."

कंपाउंडर बाहेर गेला. राधा उभी असलेली बघून डॉक्टर म्हणाले,

"बाई... तुम्ही थोडा वेळ... बाहेर थांबा.."

डॉक्टर आपल्याच विचारात गढल्यासारखे बसले. राधा खोलीमधून बाहेर आली.

राधाचा निराशेनं दाटलेला चेहरा, डोळ्यांतनं पाझरणारं पाणी आणि एकूण तिचा अवतार बघून भागू घाबरली. बाबू शंकाभरल्या आवाजात म्हणाला,

"काय... म्हणालं डागदर...?"

राधाच्या भावनांचा बांध फुटला. ती हमसून हमसून रडत होती. रडत रडतच ती म्हणाली,

"डागदर... म्हणत व्हुतं... त्येंचा काय... भरुसाऽऽऽ..."

ती हुंदकं देऊ लागली. दवाखान्यातील इतर माणसं..

"काय... झालं...? काय झालं...?"

म्हणून विचारत होती. सिदू सांगत होता,

"ह्येंच्या न्हवऱ्याला ज्यापा झालंया..."

भागू तिच्या पाठीवर हात ठेवून म्हणाली,

"आगं... त्वा आसा धीर सोडलाच म्हंजी... कसं व्हुयाचं...? देवावर

भरुसा... ठिवाचा...?''

रडत रडत राधा म्हणाली,

''आजपातूर देवावर. भरुसा ठिवूनच... ही येळ आल्याया... रातीपास्नं लयीच तरपाडा लागलं म्हणून... दव्याखान्यात... आणलंय...''

भागू तिची समजूत काढत होती. सिदू आणि बाबू तिच्याकडं असहाय्यतेनं बघत होते तर राधा आपल्याच विचारात गुरफटली होती. आपण आगोदरच डॉक्टरला दाखविलं असतं तर बरं झालं असतं. देवीची जत्रा केली. प्रत्येक वेळा पोटात जास्त दुखायला लागेल तेव्हा एक एक नवीन नवीन नवस मागून घेत गेलो. कुठल्याच नवसाला देवी पावली नाही. का यामध्ये देवाचा संबंधच नाही? आपण आज पण त्यांना दवाखान्यात घेऊन येत नव्हतो. आपल्या जातीची माणसं देवीलाच कोडं घालत बसली होती. परंतु जवळच्या झोपडपट्टीतील माणसांनी रागावून, शिव्या दिवून आपणाला दवाखान्याला येण्यास भाग पडलं. जर त्यांना काही बरं.. वाईट झालं तर... आपलं... आपल्या दोन्ही मुलांचं कसं होणार... विचार करून करून तिचं डोकं सुन्न झालं. तिची अस्वस्थता क्षणाक्षणाला वाढत होती. ती सारखं सारखं डॉक्टरांच्या खोलीकडं बघत होती. तिची अस्वस्थता बघून सिदू म्हणाला,

''रादा... त्वा हाय खाल्ल्यावर... त्येला आदार कोण द्याचं... त्येला काय व्हुणार न्हाय... त्वा लय... इच्यार करू नगूस...''

त्याच्या बोलण्याचा राधावर काहीच परिणाम झाला नाही. ती डोळ्यांतून एकसारखं पाणी टाकत बसून होती.

कंपाउंडर बाहेर आला. त्यानं व्हिजीटिंग हॉलमधील माणसांवरून नजर फिरविली. बाबूकडं हात करत तो म्हणाला,

''तुम्हांला... डॉक्टरांनी... आत... बोलावलंय...''

असं म्हणून तो गडबडीनं आत गेला. राधाचं अंत:करण धडधडू लागलं. ती म्हणाली,

''म्या... बी... आत... यीवू का...?''

बाबू मान हालवत म्हणाला,

''त्वा... यीव नगूस... डागदर खवळत्याली...''

तो दरवाजा ढकलून आत गेला. डॉक्टर खाली मान घालून बसले होते. बाबूची चाहूल लागल्यानं त्यांनी थंड नजरेनं त्याच्याकडं बघितलं. त्यांच्या तशा बघण्यानं बाबूच्या मनात शंकेची पाल चुकचुकली. डॉक्टर नजर समोर स्थिर ठेवून, थंड आवाजात म्हणाले,

''तुमच्या पेशंटचा रिपोर्ट... आला आहे...''

असं म्हणून ते थोडा वेळ थांबले. एक नजर बाबूवर टाकून ते पुढं बोलू लागले.

“दारू... जास्त प्यायल्याने, त्यांचं लिव्हर फुटलंय... माझा नाइलाज आहे... आता ते फार वेळ जगू शकणार... नाहीत...”

एवढं बोलून, डॉक्टर गप्प बसले. विस्फारलेल्या डोळ्यानं बाबू त्यांच्याकडं बघत राहिला.

■